திறந்தே கிடக்குது வானம்

ஆ.லெ.மு.ஆவிச்சி

டிஸ்கவரி பப்ளிகேஷன்ஸ்
எண்: 9, பிளாட் எண்: 1080A, ரோஹிணி பிளாட்ஸ்
முனுசாமி சாலை, கே.கே.நகர் மேற்கு,
சென்னை - 600 078. பேச: 99404 46650

வெளியீட்டு எண்: 0437

திறந்தே கிடக்குது வானம்
ஆசிரியர்: ஆ.லெ.மு.ஆவிச்சி ©
Thirenthe Kidakkuthu Vaanam
Author: A.Le.M.Aavichi ©
Print in India

1st Edition : Jan - 2025
ISBN: 978-93-49113-11-4
Pages - 208
RS. 250

Publisher • *Sales Rights*

Discovery Publications
No. 9, Plot,1080A, Rohini Flats,
Munusamy Salai,
K.K.Nagar West, Chennai - 78.
Tamilnadu, India.
Mobile: +91 99404 46650

Discovery Book Palace (P) Ltd
No. 1055-B, Munusamy Salai,
K.K.Nagar West,
Chennai-600 078.
Ph: (044) 4855 7525
Mobile: +91 87545 07070

discoverybookpalace@gmail.com / www.discoverybookpalace.com

இந்த நூலில் பிரசுரமாகியுள்ள எந்த ஒரு பகுதியையும் எழுத்துபூர்வமான முன்அனுமதி பெறாமல் எடுத்தாள்வதோ, மறுபிரசுரம் செய்வதோ, மொழியாக்கம் செய்வதோ, ஊடகங்களில் மறுபதிப்புச் செய்வதோ, காப்புரிமைச் சட்டப்படி தடை செய்யப்பட்டுள்ளது. இந்த நூலிலிருந்து சில பகுதிகளை மேற்கோள்காட்டி நூல்அறிமுகம் செய்யலாம்.

உங்கள் மொபைல் போனிலிருந்து ஸ்கேன் செய்து 'டிஸ்கவரி புக் பேலஸ்' மொபைல் ஆப்பை டவுன்லோடு செய்து, புத்தகங்களை வாங்குங்கள்.

சமர்ப்பணம்
அப்பா, அம்மா
வானம், பூமி

முன்னுரை

ஆசைகள் ஒரு பக்கம்; செல்ல வேண்டிய திசைகள் ஒரு பக்கம். ஆசைகளையும் விடாமல் அந்த ஆசைகளை நிறைவேற்றும் சரியான திசைகளை நோக்கி என்னைச் சரியான பாதைகளில் திருப்பி விட்ட விசைகளைப் பற்றி மட்டும் பேசப்போகிறேன். உங்கள் வாழ்க்கைக்கும் இது நிச்சயம் பயன்படலாம்.

ஆசை, திசை, விசை...

ஆசைகள் தான் இயங்கு சக்தி, ஆசைகளைத் துறக்கச் சொல்லும் துறவிகளை எனக்குப் பிடிக்காது, அத்தனைக்கும் ஆசைப்படச் சொல்லும் போகிகளைத் தான் எனக்குப் பிடிக்கும்,

உலகிலேயே சிறந்த வாய்மொழி: 'பணம் மட்டும் இன்பத்தைத் தந்து விடாது'. ஆனால் சொல்பவர்கள் எல்லாம் பல மடங்கு சொத்து சேர்த்து வைத்து விட்டுச் சொல்வார்கள். அத்தனைக்கும் ஆசைப்பட்டு, அதை அடைந்து, அவற்றை மற்றவர்களுக்கும் கிடைக்கும்படி சொல்லிக் கொடுப்பதில்தான் உண்மையான மகிழ்ச்சி ஒளிந்திருக்கிறது

உலகை இரட்சிக்க, நவ மூலிகையில் தன் ஆசானைப் பழனியில் நிறுவ ஆசைப்பட்ட போகரை விடவா நாம் ஆசைப்படப் போகிறோம்! தன் குடும்பத்தை விட இந்த உலக மனிதர்கள் அனைவரையும் தன் குடும்பமாக்கி அழகு பார்த்த புத்தரை விடவா நாம் ஆசைப்படப்போகிறோம்!

ஆசைப்படும் அத்தனையையும் தனதாக்கி அழகு பார்க்க நினைக்கும் மாந்தர் இனத்தில் பிறந்துவிட்டு, ஆசைப்படாமல் இருப்பதற்கு இப்பிறவி எதற்கு? அத்தனைக்கும் ஆசைப்பட்டு அதை அடையும் வழிகளை பற்றி இந்தப் பதிவுகளில் தேடுவோம்; உங்களோடு சேர்ந்து நானும்.

'விழிகளை நிலவோடு உறவாட' வைத்த ஐயா மு.மேத்தாவையும், 'பார்த்தது, கேட்டது, படித்தது' பகிர்ந்த ஐயா சுஜாதாவையும், 'காற்று உன்னை மட்டும் விட்டு விட்டு வீசியதா' என்று திட்டித் திருத்திய ஐயா வைரமுத்துவையும் அடியொற்றித்தான் இந்த 'திறந்தே கிடக்குது வானம்! - வாய்ப்புகள் இந்த உலகில் கொட்டிக் கிடக்கின்றன. கிடைப்பதைப் பிடித்துக் கொண்டு எதிர் நீச்சல் போடத் துணை நிற்க முயன்றிருக்கிறேன்.

முடிவெடுக்கும் அறிவியல் பற்றி இன்று ஒரு புது மேலாண்மைப் புலம் இருக்கிறது. அதுதான் நம் வாழ்க்கையைத் தீர்மானிக்கும் உண்மையான அறிவியல், நம் திசைகளைத் தீர்மானிக்கும் அந்தக் கடலில் மூழ்கி எடுக்கும் முத்துக்கள்தான் உண்மையில் நம் அணிகலன்! முடிவெடுக்கும் அறிவியல் என்பது ஒரு விசை!

இது போன்ற எத்தனையோ விசைகள் இருக்கின்றன. அத்தனை விசைகளையும் இயக்கினால் நாம் போக வேண்டிய திசைகள் மாறிக் கொண்டே இருக்கலாம், ஆனால் அது இலக்குகள் நோக்கிச் செல்கிறதா என்பதை மட்டும் சரிபார்த்துக்கொண்டே இருக்க வேண்டும்.

திசைகள் எத்தனை வேண்டுமானாலும் இருக்கலாம்; இலக்கு ஒன்றுதான்! அது வெற்றியின் உச்சி, அங்கீகாரத்தின் உச்சம், கௌரவத்தின் முழுமை, எதிரிகளின் பணிவு, அவர்கள் நம்மை வெல்ல முடியாதபடி நாம் காட்டப்போகும் அன்பு.

என் பார்வையிலான இந்த உலகத்தைச் சொல்கிறேன், உங்கள் பார்வையிலான உலகத்தை அதில் நீங்கள் பாருங்கள். இவைதான் நிச்சயத் தீர்வு என்று சொல்ல மாட்டேன். இவை என்னுடைய அனுபவங்கள், இவற்றைப் பயிற்சி செய்தால் பலன் கிடைக்கும். இவை வெற்றிக்கான திசைகள். ஆனால் இவை வெறும்

குறியீடுகள் மட்டுமே. உங்களுடைய உண்மையான முயற்சிகளிலும் திட்டங்களிலும் செயல்பாடுகளிலும் மட்டுமே உங்களுடைய வெற்றி அடங்கி இருக்கிறது

உங்கள் பயணத்தில் சில திசைகளையும் விசைகளையும் மாற்ற வேண்டி வரலாம். அதன் மூலம் இமாலய வெற்றி சாத்தியமாகலாம், அதை இதே போல் எங்களோடு பகிர்ந்து கொள்ளுங்கள். நாம் எல்லோரும் சேர்ந்து ஓர் உன்னதமான உலகத்தைப் படைப்போம்.

அந்த வானம் இன்னும் அகண்டதாக இருக்கட்டும்.

பறப்போம்...

◆

முகவுரை

இந்தப் புத்தகத்தை எப்படிப் படிக்க வேண்டும் என்றெல்லாம் எந்தவொரு கட்டாயமும் கிடையாது.

எல்லாப் புத்தகத்தையும் அட்டை டு அட்டை படிக்க வேண்டிய அவசியம் இல்லை; ஏனென்பது உங்களுக்கே தெரியும். எந்த ஒரு புத்தகத்திலும் முழுமையாக நம்மால் ஒத்துப் போக முடியாது. சில கருத்துக்கள் நம்மை ஈர்க்கலாம்; சில ஒவ்வாமை கொடுக்கலாம், சில எதிர் கருத்துக்களாக இருக்கலாம்

அதனால் இந்தப் புத்தகத்தை ஒரு வருடல் கொடுங்கள், ஆங்கிலத்தில் 'ஸ்கிம்மிங்' என்பார்கள், தலைப்புகளை மட்டும் ஒரு கழுகுப் பார்வை, அப்புறம் பிடித்த தலைப்புகளில் மேய்ச்சல், அதற்கு முன்னும் பின்னும் இருக்கின்ற தலைப்புகளில் ஆழ்ந்து கருத்துக்களை உட்கொண்டு, உங்களுக்குத் தேவையானவற்றை அறுவடை செய்து கொள்ளுங்கள்; நல்ல செய்திகள் இருந்தால் எழுதுகோலால் அதை அடிக்கோடிட்டுக் கொள்ளுங்கள், முடிந்தால் பல வண்ணங்களில்.

இந்தப் புத்தகத்தை எங்கிருந்து வேண்டுமானாலும் தொடங்கலாம், எந்த அத்தியாயத்தை வேண்டுமானாலும் படிக்கலாம், எங்கு வேண்டுமானாலும் முடிக்கலாம், தொடர்ச்சியாகப் படிக்க வேண்டுமென்பதில்லை; ஆனால் எல்லாவற்றையும் படியுங்கள். மேலோட்டமாகவாவது.

என் வாழ்வில் நான் சந்தித்த மனிதர்கள், நிகழ்வுகள், இடங்கள் அதன் மூலம் நான் கண்ட தெளிவு, தீர்வு, தெரிவு ஆகியவற்றை வகைப்படுத்தித் தந்திருக்கிறேன். இவற்றில் நீங்கள் சந்தித்த

மனிதர்களும் நிகழ்வுகளும் இடங்களும் ஒத்துப் போகலாம், அல்லது வேறாகவும் இருக்கலாம். ஆனால் இவற்றின் மூலம் நம் இலக்குகளை அடைய ஒரு தீர்வு கிடைக்குமானால் அதை விட வேறென்ன வேண்டும்.

அதே போல இலக்குகளை அடையும் வழியில் உள்ள எல்லாப் பிரச்னைகளுக்கும் தீர்வு சொல்லும் நோக்கமல்ல இந்தப் புத்தகம். அத்தனைப் பிரச்னைகளுக்குமான தீர்வுகளும் இந்த உலகத்திலேயே கொட்டிக் கிடக்கின்றன; தேடிக் கண்டு கொள்ளுங்கள் என்பது மட்டும் இந்தப் புத்தகத்தின் தெளிவு!

உங்கள் இலக்குகளை அடைய வாழ்த்துகள்!

◆

உள்ளடக்கம்

1. நம்பிக்கை 13
2. ஆதியும் அந்தமும் 15
3. காலம் 17
4. தெளிவு 19
5. திசைகாட்டி 20
6. தூக்கம் 22
7. யோகா 24
8. சர்வோதயா இலக்கியப் பண்ணை 26
9. வாசிப்பை நேசிப்போம் 28
10. தொலைக்காட்சி நெடுந்தொடர்கள் 30
11. முதல் பயம் 32
12. கனவுத் தொட்டில் 34
13. கனவு தேசம் 36
14. நண்பனா எதிரியா 38
15. நட்பூ 40
16. சிறு வெற்றிகள் 42
17. பாப்லி பிரதர்ஸ் 45
18. பறத்தலின் அரிச்சுவடி 47
19. வலி 49
20. முயற்சி 51
21. எங்கே செல்லும் இந்தப் பாதை 53
22. மாத்தி யோசி 55
23. புதிய விசை 57
24. கணினித் தொழிலில் கணக்குப் பாடம் 59
25. ஜூனியர் சேம்பர் 61
26. விதை 63
27. ஜீரோ டிகிரி 65
28. களம் 67
29. எழுத்துச் சித்தர் 68
30. உழைப்பு 70
31. நடை பயணம் 72
32. திக்கற்ற காடு 74
33. முடிவாய் ஒரு முடிவு 76
34. கடவுளும் கந்தசாமியும் 78
35. கனவு 80
36. சிட்டுக் குருவி 82
37. நான் 84
38. குழு 86
39. விமானம் 88
40. நண்பர்கள் 90
41. ஸீ ரஃப் 92
42. கடல் 95
43. கையறு நிலை 97
44. பொய் 99
45. முத்திரை 102
46. பறத்தல் 105
47. பறவை 107
48. இலக்கு 111
49. தடைகள் 113
50. வித்தகம் 114
51. பயம் 116
52. இரட்டை 118
53. இரட்டைக் குதிரை சவாரி 120
54. செய்குத் தம்பிப் பாவலர் 122
55. இறால் 124
56. பழக்கம் 126
57. அறம் 128
58. தீரா நதி 130
59. எண்ணம் 132
60. திறமை 134
61. குழுக் கட்டமைத்தல் 136
62. முடிவெடுத்தல் கலை 138
63. குலத்தொழில் 140
64. விற்பனைப் பிரதிநிதிகள் 142

65. செய் அல்லது...... செய்	144	
66. துணிவு	146	
67. பெட்டிக்குள் வாழ்க்கை	148	
68. நேர்த்தி	150	
69. கனவுப் பலகை	152	
70. திட்டமிடல்	154	
71. தீர்வு	156	
72. சும்மா இருப்பதே சுகம்	158	
73. நேரம்	160	
74. திக்கற்ற திசைகள்	162	
75. பட்டம்	164	
76. தொடர்புத் திறன்	166	
77. வாய்மையே வெல்லும்	168	
78. உள்ளே வெளியே	170	
79. போதை	172	
80. நானா நீயா	174	
81. வினையா விளைவா	176	
82. மௌனம்	178	
83. ஞாயிற்றுக்கிழமைகள்	180	
84. விடா முயற்சி	182	
85. பட்டுக்கோட்டை கல்யாணசுந்தரம்	184	
86. வாய்ப்புச் செலவு	186	
87. இடர் கண்டறிதல்	187	
88. இடர் மேலாண்மை 11	189	
89. ஆட்டம்	191	
90. குருமூர்த்தி	193	
91. கடன்	195	
92. புத்தி கொள்முதல்	197	
93. ஓடும் போதே அறுவை சிகிச்சை	198	
94. வெல்லும் சொல்	200	
95. சொல் அல்ல, செயல்	202	
96. வானம்	204	

1. நம்பிக்கை

வெல்ல முடியாததென எந்தச் செயலும் இந்த உலகத்தில் இல்லை, ஆனால் அதற்கு உங்களை ஒரு நம்பிக்கை அமைப்புக்குள் *(Belief System)* புகுத்திக் கொள்ள வேண்டும்,

எந்த ஒரு செயலையும் செய்து முடிப்பதற்கு, பணம், உழைப்பு, வேலை, அதிர்ஷ்டம், இலகுத் தன்மை, பொருள் முதல், பிரச்னையின்மை, வெகுஜனப் பாராட்டு, நெகிழ்வுத் தன்மை எல்லாம் தேவையாக இருந்தாலும் கூட!

அந்தச் செயல் 'செய்து முடிக்க முடியும்' செயல் என்கின்ற நம்பிக்கை தான் மிக மிக முக்கியம்.

இலகுவாகச் சொல்ல வேண்டுமானால், ஒரு செயலைத் தொடங்குமுன் இது என்னால் 'முடியுமா' என்றால் முடியாது – 'முடியும்' என்றால் முடியும்

'எண்ணிய எண்ணியாங்கு எய்துவர் எண்ணியர்

திண்ணியராகப் பெறின் – குறள் 666

'நினைத்தது நினைத்தபடி நடக்கும், நினைத்தவர்கள் "அது நடக்கும்" என்று திடமான மனத்துடன் இருந்தார்களேயானால்' என்கிறார் வள்ளுவர்

எந்த ஒரு செயலும் உங்கள் சிந்தையிலிருந்தே தொடங்குகிறது, அதனால் அதற்கு வலு சேர்க்கும் சிந்தனைகளை ஊட்டிக் கொண்டே இருந்தால், அது நிச்சயமாக நடந்தே தீரும்.

தினமும் ஒரு நிமிடம் கண்மூடி 'என்னால் முடியும், என்னால் முடியும், என்னால் முடியும்' என்று பிரார்த்தித்து விட்டு நாளைத்

தொடங்குங்கள்; நல்லது நடக்கும், நல்லதே நடக்கும்! இனி வருவது எல்லாம் என் கதையில் நான் பார்த்த மனிதர்கள், நிகழ்வுகள், இடங்கள், அதன் மூலம் நான் பயணப்பட்ட கதை, உங்களுக்கான இலக்குகளை அறியும் வழிகள் முதல், அதில் உங்களுக்கானதைத் தேர்ந்தெடுத்துப் பின் அதை அடையும் பாதைகள் தெளிந்து இலக்குகளை அடையும் வரை இது ஒரு நேர்கோட்டுப் பாதை அல்ல, நிறைய சாகசங்கள் நிறைந்த பயணத்துக்குத் தயாராகுங்கள்!

◆

2 - ஆதியும் அந்தமும்

'சட்' டென்று கல்லூரி முடிந்தவுடன் ஒரு வெறுமை சூழ்ந்து விடும். நம்முன் இருக்கும் உலகம் பெரியதாகவும், புரியாததாகவும், விடுகதைகள் நிறைந்ததாகவும், கடக்க முடியாததாகவும் இனம் புரியாத ஒரு பயம் வயிற்றுக்குள் தங்கி விடும்.

அதுவரை காலை எழுந்தவுடன் அன்றைய நாள் வேலைகள் மட்டுமே மனதில் இருக்கும். கல்லூரிக்குப் பின் காலை எழுந்தவுடன் ஒரு பயம் அடிவயிற்றில் தொற்றிக் கொள்ளும். என்ன செய்யப் போகிறோம் என்கிற விடை தெரியாத வினாப்பந்து ஒன்று தொண்டையில் பந்தைப் போல உருளும்.

கடைசி வைவா வோஸ் முடிந்தவுடன் அப்படித் தான் இருந்தது. நண்பர்கள் கண்களில் ஒரு மிரட்சியைப் பார்க்க முடிந்தது. ஒரு மூட்டை கூழாங்கற்களை 'சட்'டென்று அவிழ்த்து தரையில் விட்டால் எப்படி சிதறி ஓடுமோ அப்படி பதறி ஓடத் தயாராயிருந்தனர் நண்பர்கள். இனி எப்போது பார்க்கப் போகிறோமோ என்று ஒரு பரிதவிப்பு எல்லோருக்குள்ளும் இருந்தது என்றே நினைக்கிறேன். கல்லூரி முடிந்து இத்தனை ஆண்டுகள் ஆகியும் நண்பர்களைப் பார்க்க வேண்டும் என்றவுடன் உடனே ஆஜராகிவிடும் அவர்களின் வருகைப் பதிவேடு அதைத்தான் உறுதி செய்கிறது.

எப்போதும் ஊருக்குப் பயணச்சீட்டோடு தேர்வெழுதும் நண்பர்கள் கூட முன்பதிவு செய்யாமல் விடுதியில் இருந்தனர். எல்லாத் தேர்வுகளும் முடிந்து விட்டன; இனி வாழ்க்கையில் தேர்வுகளே இல்லை எனும் நிலை உண்மையில் மகிழ்ச்சியைத் தானே கொடுக்க வேண்டும். ஆனால் மாறாக ஏன் அந்த மகிழ்ச்சி வரவில்லை? இனி வாழ்க்கையே தேர்வு தான் என்னும் எண்ணப் போக்கினால் கூட இருக்கலாம்.

உற்சாகம் குன்றி, எல்லோரையும் கைபிடித்து, விட மனமில்லாமல் மணிக்கணக்கில் பேசிக் கொண்டிருந்தோம். ஒவ்வொரு நண்பர் ஊருக்குப் போகும் போதும் வழியனுப்பப் படை எடுத்தோம். மெல்லப் படை குறைந்தது. இனி இருந்தால் வழியனுப்ப ஆளிருக்காது என்று ஊருக்குப் பயணப்படத் துவங்கினோம்.

முதல் நாள் கல்லூரியில் சேர்ந்த நினைவுகளில் மூழ்கினே. ஏன் இப்படி வாழ்க்கை நிற்காமல் ஓடிக்கொண்டே இருக்கிறது? எது மெய்? கல்லூரியில் சேர்ந்ததா? இப்போது முடிவதா? பள்ளி நாட்களில் ஒவ்வொரு விடுமுறையும் துவங்கும் போது நிரந்தரம் போலவும், முடியும் போது அடடா அதற்குள் முடிந்து விட்டதே என்றும் வாழ்க்கை நம்முடன் கண்ணாமூச்சி ஆடிக் கொண்டே இருக்கிறது. மெய்யாக ஆதி? எது அந்தம் எது?

◆

3 - காலம்

உண்மையில் ஆதியும் அந்தமும் இல்லாதது தான் வாழ்க்கை என்று ஏதோ தத்துவார்த்தமாகப் புரிந்தது, புரியாதது போலவும் இருந்தது.

ஆனால் இதற்கு மெய்யியலில் விளக்கம் இருக்கிறது, உண்மையில் காலம் தான் கடவுள், உள்ளிருப்பதைக் கட (கட+உள்), உன்னை மறந்து உலகத்தை நினைந்து கடமையைச் செய், காலம் போய்க் கொண்டே இருக்கும், காலத்தே உன் கடமையைச் செய்ய வேண்டும். இன்னும் எளிமையாகச் சொல்ல வேண்டுமானால், நம் வேலைகளை காலத்தின் முதுகில் ஏற்றி விட்டு சாதித்துக் கொள்ள வேண்டும்.

செய்யாமல் இருந்திருக்கலாம் என்றும், இதை அப்போதே செய்திருக்கலாம் என்றும் நிறைய படிப்பினைகளைச் சொல்லிக் கொண்டே இருக்கிறது நேரமும் காலமும். ஆனாலும் நாம் நிற்காமல் ஓடிக்கொண்டே இருக்க வேண்டும். செய்ததற்கு எதிர்வினைகளையும் செய்யாததற்கு நேர்வினைகளையும் காலத்தில் ஏற்றிவிட்டுப் போய்க் கொண்டே இருக்க வேண்டும்.

பாலன், சிறுவன், மீளி, மறவோன், திறவோன், விடலை, இளைஞன், காளை, முதுமகன் என்று வயது நம்மைப் பெயர் மாற்றிக் கொண்டே இருக்கும், நாமும் நம் வேலைகளை மாற்றிக் கொண்டே இருக்க வேண்டும், இப்போது கல்வி, நாளை தொழில், இப்போது பெறுதல், நாளை கொடுத்தல், மெல்ல நிகழ்காலத்தில் இருந்து மீண்டு எதிர்காலத்தை நோக்கி அடி வைக்க வேண்டும்

அன்றைய இரவு மிக நீண்டதாக இருந்தது. இன்று வரை அந்த இரவு நீளக் கூடாதா என்ற என் விருப்பத்தை செவி மடுக்க எந்த

தெய்வமும் தயாரில்லை. அவர்களின் வேலையே காலச் சக்கரத்தின் சுழற்சியை இயக்குவது தானே. அதை நிற்காமல் இயங்க வைக்கும் சூட்சுமம் தானே...

இறுக்கத்தில் இருந்து மெல்ல வெளியே வந்தேன். என்னுடைய வேலை என்ன என்பதன் அறியாமையிலிருந்து மெல்ல வெளியே வருவது போல உணர்ந்தேன். கீ கொடுத்த பொம்மை போல இயக்கப் படுபவர்கள் மட்டுமே நாம்; இயங்கு சக்தி எங்கோ இருக்கிறது. அது இயற்கையாக இருக்கலாம்; அதன் பொறுப்பில் என்னை ஒப்புக் கொடுத்து விட்டு ஊருக்குக் கிளம்பினேன்.

◆

4 - தெளிவு

சைக்கிளை விடுதி மெஸ் ஊழியர்களுக்குக் கொடுத்து விட்டு, உடுப்புகளை தேவை சார்ந்து பிரித்துக் கொடுத்து விட்டு, சுமைகளைக் குறைத்துப் பறக்கத் தயாரானேன். உண்மையில் தேவையற்ற சுமைகள் தான் நாம் பறப்பதை நிறுத்தி வைக்கின்றன. சில நேரம் கடமைகள், சில நேரம் உடமைகள், சில நேரம் மடமைகள்.

உண்மையில் அன்று தான் புதிதாகப் பிறந்தோம், புதிதாக வாழ்வைத் தொடங்குவோம், புதிதாக சம்பாதிப்போம், புதியதோர் உலகு செய்வோம் என்று நினைத்தால் நம்மால் நிச்சயம் பறக்க முடியும். இன்று தான் புதிதாய் பிறந்தோம் என்று நினைத்துக் கொண்டு உங்கள் பழைய பிரச்னைகளை அணுகுங்கள், நிச்சயம் அதைத் தீர்க்க புது வழி பிறக்கும் சிந்தைத் தெளிவே சிவம்!

ஊருக்குச் செல்லும் இரயிலில் ஏறி உட்கார்ந்தேன். இயந்திரப் பூச்சி ஒன்று பூமியில் நெளிவது போலவே தோன்றும் இரயிலைப் பார்க்கும் போதெல்லாம், பூமியைத் தளமாகக் கொள்ளாமல் காற்றைத் தளமாகக் கொண்டால் நிமிடங்களில் இரயிலில் எங்கு வேண்டுமானாலும் பயணப்படலாம் தானே...

நம்முடைய இயக்கங்களும் தளத்தைப் பொறுத்துத் தான் தீர்மானிக்கப்படுகின்றன. தளத்தை உயர்த்தினால் அல்லது மாற்றினால் நாம் செல்ல வேண்டிய இலக்குகளும் இலகுவாகும்,

செயலும் உயர்ந்ததாக இருக்க வேண்டும், தளமும் உயர்ந்ததாக இருக்க வேண்டும்

நாட்பட்டு சொந்த ஊருக்குச் செல்லும் போது ஒரு மிட்டாய் கடையைப் புதிதாகப் பார்க்கும் சிறுவனின் மன நிலையை உணர்வேன். உங்களுக்கு எப்படி?

கனவுகளை விற்று எதிர்காலத்தை வாங்க என்னைப்போல் படித்து முடித்த எல்லோரும் இன்று வரை எண்ணற்ற இரயில்களில் ஏறிக்கொண்டே இருக்கின்றனர்.

◆

5 - திசை காட்டி

ஏ.எஸ்.கண்ணன் என்று ஒரு நண்பர்; அவரை அஸ்கா என்று கூப்பிடுவோம். நண்பர்களுக்கு செல்லப் பெயர் வைப்பது எப்படி என்று ஒரு புத்தகம் எழுதலாம் உண்மைப் பெயர்களை விட இந்த செல்லப்பெயர்கள் நிலைத்து விடும். மொட்டை, இலாங்ஸ், கோன்ஸ், ராம்ஸ், லூசு, கன்ஸ், மெச்சி, கோல்டு, முட்ஸ், வெட்டு, வாண்டு, ஜாயிண்ட், பழம், ஜூட்டா, மாம்ஸ், இப்படி எண்ணற்ற பெயர்கள் (சில மரியாதை கருதி தவிர்க்கப் பட்டுள்ளன) இதன் கலாச்சாரமும் வேர்களும் எங்கிருந்து துவங்குகின்றன என்று யோசித்திருக்கிறேன்; விளங்கியதேயில்லை. ஆனால் அன்பின் மிகுதியில் தான் செல்லப்பெயர்கள் வைக்கப்படுகின்றன.

இரயில் சிநேகத்தின் ஆயுள் மிகக் குறைவு, ஆனால் ஆயுளுக்கும் மறக்க முடியாத பல நண்பர்களைத் தந்தது சிதம்பரம் இரயில் நிலையம். ஏனெனில் எங்களுடைய இரயில் சிநேகங்கள் இரயில் பயணங்களில் உருவானவை அல்ல; சிதம்பரம் இரயில் நிலையத்தில் வெட்டி ஆஃபீசர்களாய் உட்கார்ந்த தருணங்களில் உருவானவை.

'அஸ்கா' நான் உட்கார்ந்திருந்த பெட்டியில் ஏறினார், 'வண்டி கிளம்ப இன்னும் இரண்டு நிமிடம் தான் இருக்கு, நான் உன்னிடம் அதிகம் பேசியதில்லை, நீ கல்லூரியில் செய்தது எல்லாம் நன்றாக இருந்தது. எதையும் பாதியில் விடாமல் செய்தாய், நல்லா இரு, இன்னும் நிறைய செய், யாருக்காவது பயன்பட்டுக் கொண்டே இரு' என்று சொல்லிவிட்டு கன்னத்தில் முத்தமிட்டார். கண்கள் பனிக்க இரயில் பெட்டியில் இருந்து கீழிறங்கி எங்கோ தொலைந்து விட்டார்.

'அழவே கூடாது' என்ற என் வைராக்கியம் தளர்ந்து உடைந்து காணாமல் போனது, கேவிக் கேவி அழத் துவங்கினேன். பேரிரைச்சலோடு இரயில் புறப்பட்டது, என் இலக்குகளைச் சுமந்து கொண்டு.

நல்ல பொறியாளன் ஆவேனா என்று தெரியாது, நல்ல தலைவன் ஆவேனா என்று தெரியாது, ஆனால் நல்ல மனிதனாக, மற்றவர்களுக்குப் பயன்படும் பிறவியாக என்னை மாற்றிக் கொள்ள வேண்டிய அவசியத்தைப் புரிய வைத்தது அந்த நிகழ்வு.

திசைச் சுட்டிகள் சிந்தையில் வருவதில்லை, சூழலில்...

◆

6 - தூக்கம்

தினமும் ஆறு முதல் எட்டு மணி நேரம் தூங்க வேண்டும் என்று எல்லா மருத்துவரும் ஒன்று போல சொல்வார்கள். ஆனால் இன்று வரை அப்படித் தூங்கியதே இல்லை நான். ஒன்று நாள் முழுக்கத் தூங்கியிருக்கிறேன், அல்லது தூங்காமலே நாளைக் கடந்திருக்கிறேன், அதுவும் இல்லையென்றால் விட்டு விட்டுத் தூங்கிக் கொண்டிருக்கிறேன்.

கல்லூரி முடிந்து வீட்டுக்கு வந்தவுடன் இரண்டு வாரம் தூங்கிக் கொண்டே இருந்தேன். காலை எழுந்து பல் துலக்கி குளித்து காலை உணவு முடிந்தவுடன் உறக்கம், எழுந்து மதிய உணவு முடிந்தவுடன் ஆழ்ந்த நித்திரை, மாலை நேர இடைப்பலகாரம் முடிந்தவுடன் கோழித் தூக்கம், இரவு உணவு முடிந்தவுடன் ஆழ்துயில்,

மறு நாள் “ரிப்பீட்டு”

அந்தக் காலக்கட்டத்தில் வந்த தூக்கம் இப்போதெல்லாம் வருவதேயில்லை. அம்மாவின் கருவறைக்குப் பின் அம்மா வீட்டில் தூங்கும் அந்தத் தூக்கத்துக்கு ஒரு பாதுகாப்பு உணர்வு காரணமாக இருக்கலாம் என்று இன்றைய உளவியலாளர்கள் சொல்லக் கூடும்.

இப்போதெல்லாம் தூக்கம் கிலோ என்ன விலை என்று கேட்கும் அளவு தான் தூக்கம் வருகிறது. இன்சோம்னியா, ஸ்லீப் அப்னோவா, ரெஸ்ட்லெஸ் லெக் சிண்ட்ரோம் என்று என்னென்னவோ பெயர்கள், என்னென்னவோ காரணங்கள்,

ஆனால் பயம் தான் பிரதான காரணம் என்பேன். அதன் இன்னொரு தம்பி பதற்றம், ஒண்ணுவிட்ட தம்பி ‘தோற்றுவிடுவோமோ’ என்கிற சிந்தனை, சித்தப்பா - போட்டியாளர்கள் நம்மைக் கடந்து

விடுவார்கள் என்கிற அச்சம், பெரியப்பா - தினப்போரில் ஏற்படும் கவலைகள், எல்லாவற்றுக்கும் சுருக்கமான ஆங்கிலப் பெயர் *Anxiety Disorder*

தூக்கம் வருவதற்காக ஒரு யோகா கற்றுக் கொண்டேன். வழக்கம் போல அதைப் பயன்படுத்துவதில்லை,

உங்களுக்குப் பயன்படுமா என்று பாருங்கள்!

◆

7 - யோகா

வானம் பார்த்துப் படுத்துக் கொண்டு, கை கால்களைச் சற்றே உடலை விட்டுத் தள்ளி வைத்துக் கொண்டு கண்களை மூடி ஆழமாக மூச்சு விட வேண்டும் (சவாசனம்?), ஒவ்வொரு முறை மூச்சிழுக்கும் போதும் காற்று மூக்கில் நுழைந்து உடல் முழுவதும் பயணித்து கால் மற்றும் கைகளின் இறுதி வரை சென்று வருவதாகக் கற்பனை செய்து கொள்ள வேண்டும். இந்தப் பயணம் நடைபெறும் போது மனதுக்குள் ‘ஓம் சாந்தி’ என்று செல்லிக்கொள்ள வேண்டும் (தோழி சாந்தி நினைவுக்கு வந்தால் கம்பெனி பொறுப்பல்ல).

முதலில் ஆறு முறை இதே போல் செய்து விட்டு, அடுத்தடுத்த முறை செய்யும் போது கால் பகுதியிலிருந்து தலைப் பகுதி வரை ஒவ்வொரு பாகமாக செயல் நிறுத்திக் கொள்வதாக கற்பனை செய்து கொண்டே ஆழமாக மூச்சு விடவேண்டும், தலைப் பகுதிக்கு வருவதற்கு முன் தூக்கம் நிச்சயம்!

தூக்கம் நம் வாழ்வின் இன்றியமையாத பகுதி, எனக்குத் தெரிந்து இயற்கை கண்டுபிடித்த மிகச் சிறந்த இயக்க சீரமைப்பு இயந்திரம் இந்தத் தூக்கம், இரவு படுக்கப் போகும் போது நம் பிரச்னைகளை எல்லாம் இந்தப் பிரபஞ்சத்திடம் விட்டு விட்டுத் தூங்கினால் மறு நாள் எழும் போது அதற்கான தீர்வுகள் புலப்படும். உடனே சாத்தியப்படுமா என்று தெரியவில்லை. ஆனால் தீர்வுகள் நிச்சயம்! தூக்கம் ஒரு வரம் தூக்கத்தைப் போலவே நம் உடல் இயக்கமும் நின்று இயங்கும் கடிகாரத்திற்குப் பழக்கப்பட்டது. வாரம் ஒரு நாள் விடுமுறை அவசியம், ஆண்டுக்கு ஒரு முறை சுற்றுலா அல்லது பேருலா முக்கியம். 90 மணி நேர வேலை என்னும் பித்தலாட்டத்துக்குள் சிக்கிக் கொள்ளாதீர்கள்.

போகட்டும், ஆனால் நம் உடல் நலப் பிரச்சினைகளுக்கெல்லாம் ஒரு தீர்வு இருக்குமானால் அது யோகா தான். பண்டைய தமிழர்களின் ஓகம் என்னும் கலை தான் வழக்கம் போல் வடக்கே போய் யோகாவாகத் திரும்பி வந்தது என்று யாராவது ஏதாவது சொல்லி விட்டுப் போகட்டும். யோகா கற்றுக் கொள்ளுங்கள், உடல் பிரச்னைகளைத் தள்ளி வையுங்கள். ஏனெனில் இலக்குகளை அடையும் வழியில் உங்கள் உடலின் வலிமை மிக முக்கியம்!

◆

8 - சர்வோதயா இலக்கியப் பண்ணை

படித்து முடித்து வேலை கிடைக்காத நாட்கள் உண்மையில் ஒரு வரம். நம் விருப்பம் போல் எழுந்திருக்கலாம், விருப்பம் போல் தூங்கலாம், விருப்பம் போல் படிக்கலாம். *Sedantary Life Style* என்பார்கள் ஆங்கிலத்தில். ஆனால் வீட்டுச் சாப்பாடு கிடைத்ததால் உணவு வகை ஆபத்துக்கள் அந்நாளில் இருந்ததில்லை. ஒரே ஒரு பிரச்னை, தன் மகன் வீணாகப் போய் விடுவானோ என்னும் பெற்றோரின் கவலைகளை சமாளித்தாக வேண்டும், எது எப்படியானால் என்ன, நம் கற்றல் உண்மையாகத் துவங்குவது அந்தப் பருவத்தில்தான்.

சாப்பாடு, தூக்கம், நண்பர்கள் வீடு இவற்றைத் தாண்டி நாம் போகும் இடங்கள் புத்தக சாலை, ஆங்கிலப் புத்தகங்களுக்கு ஹிக்கின்பாதம்ஸ், தமிழ் புத்தகம் வாங்க வேண்டுமென்றால் சர்வோதயா இலக்கியப் பண்ணை. இரண்டாவதில் கண்ணோட்டமாக முழு புத்தகத்தையும் படித்து விடும் வாய்ப்பு அதிகமாக இருந்தது. பெருவாரியான புத்தகங்களை வெறுமனே அங்கேயே திருட்டுத் தனமாகப் படித்தது இன்னும் பசுமையாக ஞாபக அடுக்குகளில் இருக்கிறது.

உண்மையில் காசு கொடுக்காமல் படித்தல் என்பது திருட்டு வகையில் சேருமா? நல்ல வழக்குரைஞர்கள் இருந்தால் சொல்லுங்கள்! உண்மையில் வாசித்தல் என்பது ஒரு பெரிய உளவியல் சமாச்சாரம், பார்வை மூலம் நரம்பு மண்டலம் தூண்டப்பட்டு, காட்சி விரிந்து, எழுத்துக்கள், பேச்சு என்னும் விசை நரம்புகள் *(Motor Nerves)* உயிரூட்டப்பட்டு செவிப்புலன்

வழியே மூளையில் உணர்வாகப் பதிந்து ஞாபக செல்களில் உறைய வேண்டும். இது சரியான புரிதலாக இருக்க வேண்டியது அவசியம். இல்லையென்றால் தவறான கருத்துருவாக்கத்துள் நுழைந்து அலைக்கழிக்கப்பட்டு விடுவோம்.

வாசித்தலின் வகைகள் பற்றித் தெரிந்து கொண்டால் இன்னும் உங்களுக்கு உதவியாக இருக்கும்.

◆

9 - வாசிப்பை நேசிப்போம்

வாசித்தலில் வகைகள் இருக்கின்றனவா என்ன?

உரக்க வாசித்தல், மௌன வாசிப்பு, விரைவான வாசிப்பு, மேலோட்ட வாசிப்பு, ஆழ்ந்த வாசிப்பு, ஆய்ந்த வாசிப்பு. வேறு எந்தப் பொருளையும் உபயோகப் படுத்திப் பார்த்து வாங்க முடியாது, புத்தகத்தைத் தவிர. வெகு நாட்களுக்குப் பின் சென்னை புத்தகக் கண்காட்சியில் அப்படியான வாய்ப்புகள் ஏராளம்! சில நேரம் இரவு பூட்டும் நேரம் உள்ளேயே ஒளிந்து கொண்டு இரவு முழுவதும் லட்சக்கணக்கான புத்தகங்களோடு இருக்கலாமா, செலவாகாமல் படிக்கலாமா என்று தோன்றும்,

வேடிக்கையாகத் தோன்றும் இது போன்ற உளவியல் தடங்கள் நம் சிறுவயது அனுபவப் பதிவேடுகளில் பதிந்திருக்கின்றன என்கிறார் என் மருத்துவ நண்பர்

வாசிப்பு தான் நம் கல்வியறிவை முழுமையாக்கும் என்பதில் மாற்றுக் கருத்தில்லை, அதை விரிவாக்கிக் கொள்ள கிழ்க்கண்ட வழிமுறைகளை நான் பின்பற்றுகிறேன், உங்களுக்கும் பலனளிக் கலாம்:

- தினந்தோறும் சிறிது நேரம் படித்தல் (பழக்கமான பின் நேரத்தை அதிகப் படுத்திக் கொள்ளலாம்)
- உச்சரிப்புப் பயிற்சி
- சொற்பொருள் யூகம்
- படித்த பின் சிந்தித்தல்
- புரியாத சொற்களுக்கு உடனடியாக அர்த்தம் தெரிந்து கொள்தல்

- நம்மை அந்த வாசிப்பின் பகுதியில் புகுத்திப் பார்த்தல்
- பலதரப்பட்ட வாசிப்பு (சிறுகதை, வரலாறு, புதினம், உளவியல், சமூகவியல், துப்பறிதல்...)
- படித்ததை நாம் எழுதினால் எப்படி இருக்கும் என்கிற திறனாய்வு
- சில முக்கியமான சொற்றொடர்கள் மற்றும் சிந்தை, கருத்துக்களைக் குறிப்பெடுத்தல்

பின் என்ன, இன்றிலிருந்து தினந்தோறும் ஒரு மணி நேரம் வாசிக்கத் துவங்குவோம், அப்படியே நேரத்தைக்கூட்டி எப்போதும் வாசித்துக்கொண்டே இருப்போம், தோழர் வள்ளுவர் சொன்னது போல 'செவிக்கு உணவில்லாத போது...'. நண்பர் இராசேந்திரன் அடிக்கடி சொல்வது போல வாசிப்பை நேசிப்போம்.

◆

10 - தொலைக்காட்சி நெடுந்தொடர்கள்

வெட்டியாகத் தூங்கிக் கொண்டிருந்த அந்த நாட்களில் உருப்படியாக செய்த ஒரே வேலை தொலைக்காட்சி பார்த்தது. எதே...... ?

தூர்தர்ஷன் சற்றே பலம் பெற்று, இந்தி நிகழ்வுகளின் மயக்கத்தினூடே, ஒலியும் ஒளியும் தாண்டி மொழிபெயர்ப்புத் தொடர்கள் பலம் பெற்றுப் பின் சிறிய தமிழ்த் தொடர்கள் வெளியான காலக்கட்டம், யாத்ரா, பெண் போன்ற தமிழாக்கத் தொடர்கள் மிகப் பிரபலம். இந்தியக் கலாச்சாரப் பொருட்களையும், ஊர்களையும், மக்களையும் சுவைபடக் காட்டும் சுரபியைக் கட்டாயம் பார்த்து விடுவேன்

இன்று சீரியல்களில் தொலைந்து போகும் பெண்களைப் பற்றி நிறையப் பகடிகள் வருகின்றன. அதன் எதிர்மறை தாக்கங்களைப் பற்றி சலிப்புத் தட்டாமல் பேசிக் கொண்டிருக்கிறோம். இது ஒரு வகை பொதுப்புத்தி என்பேன். அதன் நேர்மறைத் தாக்கங்களைப் பற்றி ஒரு போதும் நாம் பேசுவதில்லை. அது போல ஆண்கள் சீரியல்கள் பார்ப்பதாக ஒரு பகடியும் வெளியானதில்லை. நான் நிறைய சீரியல்களைப் பார்த்திருக்கிறேன்; அதை ஒத்துக் கொள்வதில் ஒரு போதும் தயங்கியதுமில்லை.

தினத்துக்குமான வேலைப் போரில் வெற்றியடையும் போதும் தோல்வியடையும் போதும் கதாபாத்திரங்களோடு நாம் நம்மை ஒப்புமைப்படுத்தி ஒன்றி விடுவது ஒரு விதப் பிம்ப உளவியல் என்கிறது நவீன மருத்துவம். வெற்றியடைய முடியாத ஒரு மனிதன், திரையில் தோன்றும் நாயகனுடைய வெற்றியை தன்

வெற்றியாக எண்ணி ஒரு தற்காலிக தன்னிறைவு அடைகிறான். இது அவனுடைய எதிர்மறை எண்ணங்களை நடு நிலைப் படுத்த உதவுகிறது.

அது ஒரு வடிகால். நம் உணர்வுகளின் கடை நிலையையும், வக்கிரங்களையும், பிறழ்வுகளையும் நீர்த்துப் போகச் செய்ய அல்லது தீர்த்துக் கொள்ளக் கிடைத்த வடிகாலாக அதைப் பயன்படுத்திக் கொண்டால் அதுவும் நேர்மறையானதே! அது நம் நேர எல்லைகளைத் தாண்டி நுகரப்படும் போது தான் அது வேண்டாத விருந்தாளியாகி நம் வாழ்வியலை சேதப்படுத்தி விட்டு காணாமல் போய் விடுகிறது. அளவுக்கு மிஞ்சினால் அமிர்தமும் நஞ்சு!

◆

11 - முதல் பயம்

படித்து விட்டு வேலைக்குப் போகாமல் ஊர் சுற்றிக் கொண்டிருக்கும் பையன்களுக்குத் தான் தெரியும் - 'பயம்' என்னும் சொல்லுக்கான முழுமையான அர்த்தம். முதன் முதலில் பயம் என்றால் என்னவென்று அப்போது தான் புரியும். வெளியில் இருந்து பார்ப்பதற்கு மேலோட்டமான பார்வையில் ஆஃபீசர் போல் தோன்றினாலும் உள்ளூர ஓர் உதறல் தொடர்ந்து இருந்து கொண்டே இருக்கும். அது நம்மைத் துரத்திக் கொண்டே இருக்கும்.

பயம் என்பது நம் மூளையின் அமிக்டலா செய்யும் ஒரு விளையாட்டு என்று சொன்னால் என்னை அடிக்க வருவீர்கள், ஆனால் அது தான் உண்மை!

கவலை, மனக்கலக்கம், நடுக்கம், திகில், பீதி, அச்சம் மற்றும் அதீத அச்சம் என்னும் பயத்தின் வகைகள் எல்லாம் இந்தத் தளத்தில் ஆடும் கால்பந்து விளையாட்டு. அவ நம்பிக்கையின் ஊற்றாகத் தான் பயம் வெளிப்படும், எதிர்மறை சிந்தனைகளின் உணர்வு வெளிப்பாடுகளில் ஒன்று பயம், நடுக்கம் என்பது அதன் துவக்க நிலை வெளிப்பாடு, மனப்பிறழ்வு வரை இது வளர்வதற்கான சாத்தியக்கூறுகள் இருந்தாலும் குடும்பத்தினரின் மென் தொடுதல் அல்லது நேர்மறை சிந்தனைகள் இருந்தால் வெளிவருவது சாத்தியம்.

பயம் இருக்கும் அந்தக் காலக்கட்டங்களில் தான் நாம் உண்மை யாகப் பரிணமிக்கத் துவங்குவோம், எண்ணற்ற செயல்களுக்கான அர்த்தங்கள் புரியத் துவங்கும். வாழ்வின் பல்வேறு துன்பங்களுக்கான காரணம் ஆசை தான் என்று எண்ணத் துவங்குவோம். தேவைகளைக் குறைத்துக் கொண்டால் பணம் ஈட்டத் தேவையில்லையே, எல்லா

வேலைகளையும் நாமே செய்து கொண்டால் காசு கொடுக்கத் தேவையில்லையே என்றெல்லாம் போதி மர புத்தர் உள்ளிருந்து தலை நீட்டுவார், ஆனால் உண்மையில் ஒரு சின்ன செயலைக் கூட சுயமாகச் செய்ய முடியாத நம் உருவாக்கம் ஒரு உண்மையைச் சொல்லும் – எழுந்து ஏதாவது வேலைக்குப் போ என்று

மெல்லக் கனவுகளைக் கட்டமைக்கத் துவங்குவோம் – நாம் இப்படி ஆகிவிடுவோம் அப்படி ஆகி விடுவோம் என்று.

அந்தக் காலத்தில் எனக்கு மிகவும் பிடித்த மு.மேத்தா வின் கவிதை

"விழிகள் நிலவோடு உறவாடினாலும்

கைகள் என்னவோ ஜன்னல்

கம்பிகளோடு தான்"

இயலாமைகளைத் தின்று செரிக்க இது போன்ற கவிதைகளால் தான் சாத்தியம்.

என்ன ஆவோம் என்று தெரியாது, பார்க்கும் மனிதர்கள் யதார்த்தமாக சிரித்தால் கூட ஏளனமாக சிரிக்கிறார்கள் என்று தோன்றும்; போக வேண்டிய தூரம் இன்னும் பயமுறுத்தும்; இலக்கு என்ன என்று தெரியாமல் வாழ்க்கை பயம் காட்டும்; ஆனாலும் மனதுக்குள் ஒரு குரல் பலம் பெறத் துவங்கும் - எப்படியாவது வென்று விட வேண்டும்'

அந்தக் குரல் உங்களை அழைத்துச் செல்லும், பாதையைப் புலப் படுத்தும், பறக்க வைக்கும். கடைசி வரைக்கும் பயம் உண்மை யிலேயே நல்லது!

◆

12 - கனவுத் தொட்டில்

ஒரு மராத்தான் ஓட்டப்பந்தயம், ஓடிக் கொண்டே இருக்கிறீர்கள், மூச்சு முட்டுகிறது, அதற்கு மேல் ஓடமுடியாது. ஆனாலும் ஓடுகிறீர்கள், மூச்சு முட்டி கீழே விழுந்து விடுவீர்கள். ஏனென்றால் விடாமல் ஓடிக் கொண்டே இருக்கும் போது நம் செயல் திறன் குறையும் என்கின்றனர் உடலக சிகிச்சையாளர்கள் (Physio Therapists) சற்று நேரம் நின்று அசுவாசப்படுத்திக் கொண்டு ஓடும் போது தான் நம் உடல் உகந்த செயல்திறனோடு (Optimum Efficiency) வேலை செய்யும் என்கின்றனர் (தூக்கம், விடுமுறை, சுற்றுலா ?!)

அதனால் எந்த ஒரு ஓட்டத்துக்கு முன்பும் பின்பும் நடுவிலும் இந்த அசுவாசம் கட்டாயம், அப்படி என் வாழ்வில் வந்த அசுவாசம் தான் அந்த இளங்கலை வகுப்பின் பின்னான தொடர் இளைப்பாறுதலும், அந்த இளைப்பாறுதல் தந்த தொடர் தூக்கமும், அந்தத் தொடர் தூக்கம் தந்த தொடர் கனவுகளும், இன்றுவரை அந்தக் கனவுகளால் துரத்தப்பட்டு நிகழ்ந்து வரும் தொடர் முன்னேற்றமும்.

அப்போது அப்துல் கலாமை எனக்குத் தெரியாது, ஆனால் தொடர்ச்சியாக வரும் கனவுகளை என்னால் நிறுத்தி வைக்க முடிந்ததில்லை, கனவுகள் கண்டு கண்டு சோர்வாகி மறுபடி மறுபடி தூங்குவதையும் நிறுத்த முடிந்ததில்லை.

கனவுகள் மூலம் நிறைய தொழில்முறைப் பிரச்னைகளைத் தீர்த்து வைக்க முடிந்தது, நிறைய பெண்களை மானசீகமாகக் காதலிக்க முடிந்தது. மதுரையின் முன்னணி தொழிலதிபராக முடிந்தது, சினிமா எடுத்து வெற்றி பெற முடிந்தது, தொடர் வெற்றியாளனாக என்னைப் பார்க்க முடிந்தது, ஆனால் இது எதுவும் அப்போது நிகழவில்லை, ஆனால் என் துறையில் ஒரு வெற்றியாளனாக,

சக மனிதர்களின் ஏதோவொரு பிரச்னைக்குத் தீர்வு சொல்லும் நண்பனாக வலம் வரும் சாத்தியக் கூறுகளின் வேர்கள் அந்தக் காலக்கட்டத்தில் உருவாயினவென்று நினைக்கிறேன்.

பிரச்னைகளை ஒரு தொட்டிலில் போட்டு விடுங்கள் (நோட்டுப் புத்தகம் ?). தெளிவான மனம் இருக்கும் காலக்கட்டத்தில் (அதாவது அதிகாலை, நண்பகல், மையிருட்டு, தனிமை, அதீத மகிழ்தருணம், ஒவ்வொருவருக்கும் இந்தத் தெளிவு நிலை மாறுபடும் என்கின்றன மன நலப் புத்தகங்கள்) ஒவ்வொரு பிரச்னைகளாக வெளியே எடுங்கள்.

எளிதை முதலிலும், கடினமானதைக் கடைசியிலும் என்பது சாதாரண நடைமுறை, நம்மைப் போன்ற ஹல்க்குகளுக்கு கடினமானது முதலிலும் எளிதானவற்றைப் பின்பும் எடுங்கள், அல்லது குலுக்கல் முறையிலும் எடுக்கலாம். கட்டாயம் தீர்வு காண வேண்டும் என்கின்ற எண்ணம் மட்டும் தான் முக்கியம்.

அந்தப் பிரச்னைக்கு என்னென்ன தீர்வுகள் உள்ளன என்று வரிசைப்படுத்தி விட்டு, ஒவ்வொரு தீர்வுக்கும் என்னென்ன நேர்விளைவுகள் மற்றும் எதிர் விளைவுகள் இருக்கும் என்று குறியுங்கள். இருப்பதில் நேர் விளைவுகள் அதிகமாகவும் எதிர் விளைவுகள் குறைவாகவும் உள்ளது தான் அருமையான் தீர்வு என்று உங்களுக்கே தெரியும்.

தீர்வை நோக்கிப் பயணிப்போம். நிறையக் கனவுகளோடு...

◆

13 - கனவு தேசம்

நண்பர்கள் தான் நம் அரண். அவர்களுக்கு இன்னும் வேலை கிடைக்கவில்லை என்றால் நாம் தப்பிக்க அவர்கள் தான் நம் அரண். கன்னித் தீவு சிந்துபாத் போல வேலை கிடைத்த நண்பர்களை விட்டு விட்டு வேலை கிடைக்காத நண்பர்களை அரணாக மாற்றிக் கொண்டே இருக்க வேண்டும். முடிவே இல்லாத சிந்துபாத் தொடர் போல அந்தக் காலக் கட்டத்தில் வேலை கிடைக்காத நண்பர்கள் கிடைத்துக் கொண்டே இருப்பார்கள்.

வேலை கிடைக்காத நண்பர்கள் மேற்படிப்புக்கு விண்ணப்பிப்பார்கள், அதையும் படித்து விட்டு வேலை கிடைக்காதவர்கள் என்ன செய்வார்கள்? வாத்தியார் வேலைக்குப் போய் விடுவார்கள். இன்னொரு மிக எளிதான பை பாஸ் - அமெரிக்கா செல்லுவது, சொர்க்க பூமியாக, சராசரி நடுத்தரக் குடும்பத் தேவைகளை பூர்த்தி செய்யும் ஒரு ஆபத்பாந்தவனாக, என்னைப் போன்ற இரண்டுங்கெட்டான்களுக்காகவே கண்டுபிடிக்கப்பட்ட பூமியாகத் தெரிந்தது அமெரிக்கா.

அன்றைய அமெரிக்கா நல்ல மூளைகளை அறுவடை செய்யக் காத்திருந்தது. உங்கள் அரிச்சுவடி பத்தாது எங்களிடம் மேற்படிப்பு படித்து விட்டு எங்களுக்கு உழையுங்கள், அந்த இரண்டு ஆண்டுப் படிப்பை உங்களுக்குத் தந்ததற்காய் உங்கள் வாழ்க்கையை எழுதிக் கொடுங்கள் என்று சூதாடியது. என்னைப் போன்றவர்களுக்கு வேறு வழியில்லை, டோஃபல், ஜிஆர்ஈ, ஜிமேட் என்று கடல் கடக்கத் தேர்வுகள் எழுதி, இதுக்கு(மதிப்பெண்) எது(கல்லூரி) கிடைக்கும் என்று சுற்றிக் கொண்டிருந்த காலக்கட்டம் உண்மையில் சிரிப்பைத் தான் தருகிறது.

இன்று நாம் தீவிரமாக எடுக்கும் சிந்தனைச் சாத்தியங்கள் ஒரு காலம் கடந்தால் நமக்கே நகைப்புக்கு உரியனவதாக மாறிவிடுகின்றன. பள்ளியில் அடித்துக் கொண்டு பல ஆண்டுகள் பேசாமல் இருந்த மகாலிங்கத்தை இன்று பார்க்கவே முடியாது, அவன் எங்கிருக்கிறான் என்று தேடக்கூட முடியவில்லை. கல்லூரியில் சண்டை போட்ட எத்தனையோ நண்பர்கள் இன்று ஆருயிர்த் தோழர்கள், தொழிலில் ரெய்ட் விட்டு என்னை பயமுறுத்திய கலால் ஆய்வாளர் இன்றும் என் தொழில்முறை ஆலோசகர், இப்படி வாழ்க்கை மாறிக் கொண்டே இருக்கும்; நம்மை மாற்றிக் கொண்டே இருக்கும்.

அன்றையக் கனவாக இருந்த அமெரிக்கப் பயணம் இன்று வரை கனவாகவே இருக்கிறது, நாசாவில் கால் பதிக்க நினைத்தவனுக்கு அதன் திசை கூடப் புலப்படவில்லை. அமெரிக்கவில் நிறைய நண்பர்கள் இருக்கிறார்கள், என் அக்கா பிள்ளைகள் இருக்கிறார்கள், நாளை என் பிள்ளைகள் கூடப் போவார்கள், நான் கூட நாளை விடுமுறைக்குச் செல்லலாம். ஆனால் அன்று கற்பனை செய்த அமெரிக்காவும், தினவெடுத்த என் இளமையும் இன்று இருக்குமா என்று தெரியவில்லை.

ஆனால் அங்கு வாழ நினைத்த வாழ்வை என் தாய்த் தமிழ் நாட்டில் வாழ்ந்து கொண்டிருக்கிறேன் என்பதில் எந்தக் குறைபாடும் இருந்ததில்லை, எந்த வருத்தமும் இல்லை. அமெரிக்காவில் வாழும் நண்பர்கள் எப்போது இந்தியா வந்தாலும் நான் பார்க்காமல் விடுவதில்லை, கேட்காமல் விடுவதில்லை - அவர்களின் அமெரிக்கக் கதைகளை, நம் வாழ்க்கைக்கும் ஒரு ஒப்பீடு வேண்டுமே...

நினைத்த வாழ்க்கை கிடைக்கா விடினும் கிடைத்த வாழ்வை நினைத்தது போல் ஆக்கிக் கொள்வதில் இருக்கிறது -பறத்தலுக்கான பால பாடம்!

◆

14 - நண்பனா, எதிரியா

சிலரை நினைத்தால் உங்களுக்குத் தோன்றும், இவர் நண்பரா எதிரியா என்று. ஒரு நண்பன், கூட்டாகத் தொழில் துவங்கி முப்பது நாட்களில் சொற்பக் காரணங்களுக்காகத் தொழிலை விட்டுத் தான் பார்த்துக்கொண்டிருந்த வேலைக்கே திரும்பிப் போனார்.

ஏன் என்னைத் தேர்ந்தெடுத்தார்? வா மதுரையில் தொழில் செய்யலாம் என்று நச்சரித்தார். திட்டங்களை எல்லாம் அவரே போட்டார், என்னை மதுரைக்குக் கூட்டி வந்தார். தொழில் உரிமங்களை எல்லாம் என் பெயரிலேயே எடுத்தார். தன் முன்னாள் முதலாளியை வைத்துக் கடையைத் திறந்தார். மறு நாள், இணைந்த முப்பதே நாட்களில் அடித்துக் கொண்டு போய் விட்டார். காரணம் நானாக இருந்திருந்தால் இந்த ஊடக வாயிலாக மன்னிப்புக் கேட்பதில் எனக்கொன்றும் தயக்கம் இல்லை, இதை நான் அப்போதும் செய்திருப்பேன்.

எங்கள் கிராம வட்டாரங்களில் சொல்வார்கள், தெரிந்த தொழிலை விட்டவனும் கெட்டான், தெரியாத தொழிலைத் தொட்டவனும் கெட்டான் என்று. தெரியாத புதிய தொழிலில் நாலைந்து கணினி உதிரிப் பாகங்களோடு வேலையாட்கள் யாரும் இல்லாமல், வழிகாட்டுதல் இல்லாமல் திக்குத் தெரியாத நடுக்காட்டில் உட்கார்ந்தது போல் உணர்ந்தேன்.

எல்லோருக்கும் இப்படியான நண்பர்கள் இருந்திருப்பார்கள், கடந்து போக முடியாமல் அவர்கள் தந்த வலியும்,

பேசித் தீர்க்க முடிந்தும் பேசாமல் தனித்து விடப்பட்ட நண்பர்களின் வலி மற்ற வலிகள் போல் அல்ல, அதை வைராக்கியமாக எடுத்துக் கொண்டால் வெற்றி பெறலாம், தோல்வியாக எடுத்துக் கொண்டால் பேரழிவு தான்

தொன்னூறுகளின் துவக்கம், கணினிகள் வந்த புதிது, வன்பொருளாகவும் மென்பொருளாகவும் பல வித புதிய தொழில்கள் புதிதாக முளைத்த காலக் கட்டம். எதற்கும் இருக்கட்டுமே என்று ஒரு பகுதி நேரப் பாடத்திட்டத்தில் சேர்ந்தேன்.

காட்டாற்று வெள்ளமாக சென்னை, மும்பை, அமெரிக்கா என்று கனவுகளில் சுற்றித் திரிந்த என்னைக் கணினித் தொழில் செய்யலாம் என்று மீண்டும் மதுரைக்கு அழைத்து வந்தார் நண்பர். மீண்டும் மதுரையில் நடப்பட்டேன்.

மதுரை தன் பலகரம் நீட்டி என்னை ஆரத்தழுவி ஏந்திக் கொண்டது.

♦

15 - நட்பூ

கம்ப்யூட்டர் ப்ளஸ் என்ற நிறுவனத்தைத் துவங்கியவுடன் ஏற்பட்ட மகிழ்ச்சி, பங்குதாரர் விலகியவுடன் நீர்த்துப் போனது, சென்னை அண்ணாசாலை போக்குவரத்து நெரிசலில் சிக்னல் கம்பத்துக்குக் கீழ் காதடைக்கும் காற்றொலிப்பான்களின் நாராச ஓசைகளுடன் உட்கார்ந்தது போல் உணர்ந்தேன்.

ஒரு நாள் முழுதும் ஊமையாய் இருந்தேன், காற்றொலிப்பான்களின் ஓசைகள் மெல்ல அடங்கியன. *It's all in the game* என்று ஆங்கிலத்தில் சொல்வார்கள், அது போல ஏதோ ஒன்றை அப்பா சொன்னார். மகன் வெற்றி பெற வேண்டும் என்று எல்லா அப்பாக்களுமே நினைப்பார்கள். அதே சமயம் மகன்களின் தோல்விகளை எப்படிக் கையாள்கிறார்கள் என்பதையும் கூர்ந்து கவனிப்பார்கள். கை கொடுக்க மாட்டார்கள், தாங்கிப் பிடிக்க மாட்டார்கள். நாமே எழும்போது தானே எழுந்த மகிழ்ச்சி கண்டிப்பாக இருக்கும், அதையும் வெளிக்காட்ட மாட்டார்கள்.

மதுரைத் தொடர்புகளை மெல்ல மீட்கத் துவங்கினேன். விசாலம் காபியும், மஞ்சனக்காரத் தெரு ஜிகர்தண்டாவும், கோனார் கடை கறிதோசையும், ஸ்ரீராம் மெஸ் மதிய உணவும், அம்மா மெஸ் கோலா உருண்டையும், தெப்பக்குளமும், திருப்பரங்குன்றமும், நான்மாடக்கூடலும் நாலாபக்கமும் மெல்ல என்னை மீட்டெடுக்கத் துவங்கியன. உங்கள் ஊருக்கும் இப்படியான மனமிளக்கிகள் இருக்கும், எவ்வளவு மனச் சலனங்களோடு போனாலும் தன்னுடைய சுவையால், மணத்தால் அவற்றை வேரோடு நீக்கி விடும் சர்வரோக நிவாரணி உங்கள் ஊர் புவிசார் பதார்த்தங்களுக்கும் உண்டுதானே...

நம்முடைய நிகழ்வையே தள்ளி நின்று பார்க்கும் வித்தையை அப்போது கற்றுக் கொண்டேன், ஏன் நண்பர் விலகிப் போனார் என்ற கேள்வி உறுத்திக் கொண்டே இருந்தது, எல்லோராலும்

விரும்பப்பட வேண்டும் என்று தானே எல்லோரும் நினைப்போம், எது சிலரை நம்மை வெறுக்க வைக்கிறது.

நம் சிரிப்பின் அர்த்தத்தை ஏளனம் என்று புரிந்து கொண்டு விட்டார்களோ, நம் முகச்சுளிப்பை உதாசீனம் என்று எடுத்துக் கொண்டார்களோ, நம் கோபத்தை அங்கீகாரத்தோடு தொடர்பு படுத்திக் கொண்டு விட்டார்களோ, சில வார்த்தைகள் காயப்படுத்தி விட்டனவோ, சில மௌனங்கள் எதிர்மறை அர்த்தங்களைக் கற்பித்து விட்டனவோ, எது, எப்படி, ஏன் என்று கேள்விகளால் துரத்தப் பட்டேன்.

நாம் கடந்து வரும் ஒவ்வொரு மனிதனொடும் நாம் கூடவே பயணிக்க முடியாது, நம் நட்பு வட்டம் மாறிக்கொண்டே இருக்கும் இயல்புடையது. ஆனால் கடந்து வந்த மனிதர்கள் ஏதோ சொல்லிச் செல்கிறார்கள், நமக்கான பாத்திர வடிவமைப்புக்கு உதவுகிறார்கள், அவர்களிடம் இருந்து ஏதோ ஒன்று நம்மைப் பாதிக்கிறது.

அப்படி நண்பரின் உழைப்பு என்னை ஆச்சரியப்படுத்தியது, ஒவ்வொது முறை அலுவலகத்துக்கு வரும் போதும் அப்போதைய கணக்குகளை உடனடியாகப் பதிவிடுவார், அப்புறம் பார்த்துக் கொள்ளலாம் என்று எதையும் தள்ளிப்போட மாட்டார். எப்போதும் அடுத்து என்ன என்று சிந்தித்துக் கொண்டே இருப்பார். என்னுடைய ‘லெய்ட் பாக்’ சித்தாந்தத்துக்கு நேர் எதிரானது இது.

அந்த கேரக்டரை என்னுள் வடிவமைத்துக் கொள்வது என்று தீர்மானித்தேன். இன்று வரை எதையும் தள்ளிப் போடாமல் ஒரு செயலை செய்தேன் என்றால், உடனே உடனே கணக்குகளை எழுதுகிறேன் என்றால், அடுத்து என்ன என்று சிந்திக்கிறேன் என்றால் அது அந்த நண்பரின் தாக்கம் தான்!

நட்பைக் கொண்டாடுவதென்பது நண்பர்களின் செயல்களை, அவதானிப்பை, வடிவமைப்பை, பாத்திரத்தை நாம் ஏற்றுக்கொண்டு பிரதிபலிப்பது தானே...

நண்பர்கள் தான் பிரிவார்கள், நட்பு பிரிவதே இல்லை.

◆

16 - சிறு வெற்றிகள்

தொழில் துவங்கி விட்டு, வேலையில்லாமல் மதுரையில் சுற்றிக்கொண்டு இருக்கும் போது தான் இலக்கில்லாத பயணங்கள் எவ்வளவு மொக்கையானவை என்று புரிந்தது.

கனவு காணுங்கள் என்றீர்களே, வெற்றி பெற்று விடலாம் என்றீர்களே, உங்கள் கனவுகள் என்னானது என்று என்னைப்பார்த்து நீங்கள் கேட்கலாம்.

ஆம், இலக்குகளில்லாத கனவுகள் நீர்த்துப் போகும்; மெல்லக் கனவுகளை இலக்குகள் நோக்கித் திருப்ப வேண்டும். ஏல் நைட்டிங்கேல் என்று ஒரு அறிஞர், இந்த இலக்குகள் நோக்கிய கனவுகளின் பயணம் பற்றி அருமையாகப் பேசுவார்; இன்றும் வலையொளியில் *(YouTube)* காணக் கிடைக்கும்.

எல்லோருக்கும் வையம் பொது, காற்றும் மழையும் வெய்யிலும் பொது, கிடைக்கின்ற வாய்ப்புகள் கூட பொது, ஆனால் சிலர் மட்டும் வெற்றி பெறுகிறார்கள், சிலர் தோல்வியுறுகிறார்கள், சிலர் பெரு வெற்றி அடைகிறார்கள், சிலர் படுதோல்வி அடைகிறார்கள் -ஏன்? காரணம், நம்பிக்கை - நம்பிக்கையின் அளவு தான் நாம் அடையும் உயரத்தின் அளவு.

பெரு வெற்றி பெருவோம் என்று முதலில் நாம் நம்ப வேண்டும், அதை நோக்கி இலக்குகளை நிர்ணயிக்க வேண்டும், கனவுகளை இலக்குகள் நோக்கி மடை மாற்ற வேண்டும், வெற்றி பெற்று விட்ட மாதிரி நடந்து கொள்ள வேண்டும்; பாதை தன்னால் புலப்படும், தடையாக இருக்கும் முள்ளும் மரங்களும் கற்களும் மலை முகடுகளும் தானாக விலகும்.

அப்படித்தான் கூட்டாளியால் தனித்து விடப்பட்ட நான் கனவுகளைத் துணைக்கு வைத்துக் கொண்டு சி-ப்ளஸ் என்கிற என் நிறுவனத்துடன் மெல்ல பல இலக்குகள் நோக்கிப் பயணப்பட்டேன், எட்டியது சில எட்டாதது பல, ஆனால் அந்தப் பயணம் ருசி மிக்கது.

அந்த நிறுவனம் வெறும் கட்டிடம் அல்ல, நண்பர்கள் பலர் வந்து பேசி, அளவளாவி, களித்து, உறங்கி, கனவு கண்டு, உள்ளக் கிடக்கையைக் கொட்டி, அறட்டை அடித்து, பின் பறந்து போன வேடந்தாங்கல், கல்லூரித் தோழர்கள் மதுரை வந்தால் நிச்சயம் இந்தப் பறவைகள் சரணாலயத்திற்கு வருவார்கள். கல்லூரித் தோழர்கள் சந்திர சேகரன், இரமேஷ் பாபு, என்னுடன் படிக்காத நண்பர்கள் சுந்தரபாண்டியன், வெங்கட சுப்ரமணியன், கல்வியாளர் நெடுஞ்செழியன், செண்பகராமன், இராமன், ஸ்ரீனிவாசன், பள்ளித் தோழர் அழகு சிவா, இன்னும் பெயர் மறந்து போன எத்தனையோ தோழர்கள், எந்த நாட்டுக்குச் சென்றாலும் மதுரைக்கு வந்தால் கண்டிப்பாக வரும் இடம் அந்தப் பறவைகள் சரணாலயம்.

என்னுடைய முதல் பணியாளர் சாஜஹான், திக்குத் தெரியாத காட்டில் இலக்குகளோடு நின்று கொண்டிருந்த எனக்கு (மீனாட்சி) அம்மா காட்டிய வழி ஒளி என்று கூட அவரைச் சொல்லலாம். எள் என்றால் எண்ணெயாக இருந்து செயல்படக்கூடிய செயல் வீரர், என்னுடைய ஏற்றத்திலும் இறக்கத்திலும் கூடவே பயணித்தவர், சம்பளம் கொடுக்க முடியாத காலக் கட்டத்திலும் கூட பலர் பிரிந்து போனாலும் கூடவே இருந்தவர், உயரப் பறக்கும் அனுபவத்தை என்னோடு சேர்ந்து அனுபவித்த ஒரே ஒருவர். இன்றும் மதுரைக்குப் போனால் உதவிக்கு நம்பி அழைக்கக் கூடிய நல்ல நண்பர்.

இன்னும் ஜெகதீசன், பென்னி, சசிக்குமார், எம்ஜிஆர், ரகு, சரவணன், நண்பர் சந்திர சேகரன், என்று எண்ணற்ற செயல் வீரர்கள். மதுரை அதுவரை கண்டிராத ஒரு கணினிக் கோட்டையை உருவாக்கி வடக்கே திருச்சி வரை, தெற்கே நெல்லை, கிழக்கே இராமேசுவரம், மேற்கே மலை நாடு என்று சுற்று வட்டாரங்களில் எல்லாம் கணினி என்றால் சி-ப்ளஸ் என்று பெயர் வாங்கி என் பெயருக்கு முன்னால் அந்த நிறுவனத்தின் பெயரை அடைமொழியாகத் தாங்கி வலம் வந்த காலம் ருசி மிக்கது.

உங்கள் பயணமும் இது போன்று தான் இருந்திருக்கும். மறக்காமல் உங்கள் சிறு சிறு வெற்றிகளையும் எழுதி வையுங்கள். பறக்கும் போது தேவைப்படாவிட்டாலும் இளைப்பாறும் போது தேவைப்படும்.

மீண்டும் பறக்க வேண்டும் அல்லவா?

◆

17 - பாப்லி பிரதர்ஸ்

மதுரையின் பேர் சொல்லும் ஒரு கடை பாப்லி பிரதர்ஸ் (Popli Bros) என்னும் விளையாட்டு உபகரணக் கடை.

பச்சை வண்ணம் பூசி, புராதன எழுத்துக்களால் எழுதப்பட்ட கடையைப் பார்த்தாலே நாம் தேசிய விளையாட்டு வீரர் ஆகிவிட்டது போல் உணர்வோம். நான் முறையே ஹாக்கி, கிரிக்கெட், பூப்பந்து, இறகுப்பந்து, கால்பந்து ஆகிய விளையாட்டுக்களில் உலக நாடுகளோடு போட்டி போட்டு வென்றிருக்கிறேன் - கற்பனையில்.

சிவப்பாக பப்ளி தோற்றத்தில் அதன் உரிமையாளர் நமக்கு ஒரு நம்பிக்கை கொடுப்பார் பாருங்கள்... அதில் தான் நாம் உலகம் சுற்றி வருவோம். கொஞ்சம் விலையுயர்ந்த பொருட்கள் தான் வைத்திருப்பார், தரமான சாமான் தான் இருக்கும்.

வாங்க வந்தோமா, பார்க்க வந்தோமா என்று கண்டுபிடித்து விடுவார். எதையும் தலையில் கட்ட ஆசைப்பட மாட்டார், நாமாகப் பிரியப்பட்டு வாங்கினால் ஒழிய விற்க மாட்டார். தள்ளுபடி கேட்டால் கடையை விட்டுத் தள்ளி விடுவார், கடைசியாக அவர் தரும் விளையாட்டுக் குறிப்புகளுக்காகவே அவரிடம் பொருள் வாங்கலாம்.

வேறு எங்கும் நான் விளையாட்டுப் பொருட்கள் வாங்கியதில்லை, அப்படி ஒரு ஏகபோக விளையாட்டுப் பொருள் கடையாக என்னுள் சிம்மாசனம் போட்டு அமர்ந்திருந்தது அந்தக் கடை. அங்கு வாங்கினால் தான் ராசி என்றெல்லாம் இல்லை, அங்கு மட்டும் தான் வாங்குவேன், வேறு எங்கு வாங்கினாலும் திருப்தி இருக்காது.

இது போன்ற கடைகள் தான் ஒரு ஊரின் வண்ணத்தைத் தீர்மானிக்கின்றன, உலகின் வரைபடத்தில் அந்த ஊருக்கான ஒரு

ருசியை விட்டுச் செல்கின்றன, எண்ணிய மாத்திரத்தில் கிளர்ச்சியை உண்டு பண்ணக் கூடிய சாத்தியங்கள் சில பெயர்களுக்கு உண்டு.

அது வெளித் தோற்றத்தில் பார்க்கும் அமைப்பாக இருக்கலாம், விற்பனை செய்யும் பாங்காக இருக்கலாம், நான் சரியான விலையில் விற்கிறேன், அதனால் தள்ளுபடி கிடையாது என்கிற கர்வத்தால் இருக்கலாம், தரமான பொருள் தான் முகவர்களுக்குக் கொடுக்க வேண்டும் என்கிற அறச் சிந்தனையாக இருக்கலாம், போட்டியில் வெற்றி பெற்று அங்கு சென்றால் வாழ்த்தும் மனதாக இருக்கலாம், எப்படி வெற்றி பெற்றோம் என்று முனைப்பாகக் கேட்கும் விகசிப்பாக இருக்கலாம், அதைச் சொல்லி அடுத்தவர்களுக்கு விற்க முனையாமல் தன் பொருளை மட்டும் நம்பும் தன்னம்பிக்கையாக இருக்கலாம்.

என்னுடைய கணினி விற்கும் பாணியையும் அதையொற்றி மாற்றிக் கொண்டேன் என்று சொல்வதில் எனக்கு யாதொரு சங்கடமும் இல்லை. காப்பியடிப்பதில் கெட்டிக் காரன் நான் என்பதை முன்பே சொல்லி இருக்கிறேன். ஆனால் பல நூறு சதுரஅடி கொண்ட டெகாத்லான்கள் தர முடியாத ஏதோவொரு அனுபவத்தை அந்தக் குட்டியூண்டு பாப்ளி பிரதர்ஸில் வாங்கிய அனுபவங்கள் தந்திருக்கின்றன. அது மானுடம் தரும் உரையாடல் தொட்டுணர்வாக இருக்கலாம்.

இரயில்வே பள்ளி மைதானத்தில் ஹாக்கி, எஸ்டியேவில் கபடியாட்டம், டிவிஎஸ்சில் மறுபடி ஹாக்கி, வாரக்கடைசிகளில் மருத்துவக் கல்லூரி மைதானத்தில் கிரிக்கெட், தினமும் காலை நேரத்தில் இறகுப்பந்து, சமீப காலங்களில் டென்னிஸ்.

விளையாட்டுக்களில் வெற்றி பெற்றேனா என்பதெல்லாம் தெரியாது, ஆனால் எதையாவது விளையாடிக் கொண்டே இருக்கிறேன், என்னை இளமையாகக் கற்பனை செய்து கொள்ள, நீண்ட நாட்கள் உயிரோடு இருக்க வேண்டும் என்கிற நம்பிக்கைக்காக, அந்த பாப்ளி பிரதர்ஸின் ஞாபகங்களை உயிர்ப்போடு வைத்துக் கொள்ள உங்கள் ஆட்டம் எது?

◆

18 - பறத்தலின் அரிச்சுவடி

'பணம் இல்லாமல் தொழில் செய்ய முடியாது' இந்த வாசகத்தை அடிக்கடி கேட்பீர்கள், ஆனால் அது உண்மையில்லை, நோக்கம் தான் மிக மிக முக்கியம். பணம் என்பது மனிதன் கண்டுபிடித்தது, அது எப்படி மனிதனின் வளர்ச்சியை நிறுத்த முடியும்!

ஏற்கெனவே இருந்த தொழிலை நீங்களும் செய்தால் அது வணிகம், இல்லாத ஒரு புது தொழிலை முயன்றால் அது தொழில் முனைவு. கணினித் தொழிலில் உழன்று கொண்டிருக்கும் போது நான் படித்த புத்தகங்களில் இருந்து கற்றுக் கொண்டது இதைத்தான்!

இது போன்ற கருத்துக்கள் தான் என்னை உயிர்ப்போடு தோல்விகளைச் சந்திக்க வைத்தன.

புதிய புதிய முயற்சிகளை ஒரே ஒரு கணினியை வைத்துக் கொண்டு செய்ய முடியுமா?

ஒரு காகிதத்தில் எழுதிப் பார்த்தேன்:

1. தட்டச்சுத் தொழில் செய்வது
2. கணினித் தட்டச்சு சொல்லிக் கொடுப்பது
3. கல்லூரி இறுதி ஆண்டுக் கல்விப் பணிகளை (Final Year Projects) செய்து கொடுப்பது
4. பொறியியல் இறுதி ஆண்டு ப்ராஜெக்ட் செய்து கொடுப்பது
5. தரவு செயலாக்க மையம் (Data Processing Centre) துவங்குவது
6. கணினி வன்பொருள் சேவை மையம் ஆக்குவது
7. கணினி வன்பொருள் சேவை சொல்லிக் கொடுப்பது

8. கணினி மென்பொருள் சேவை மையம் துவங்குவது
9. கணினி மென்பொருள் சேவை சொல்லிக் கொடுப்பது
10. கணினி விற்பனை மையமாகவே தொடர்வது

இன்னும் எத்தனையோ யோசனைகள். பாருங்கள்... நம் மனம் எவ்வளவு விஸ்தீரணம் கொண்டது, எண்ண எண்ண மனதின் எல்லைகள் விரிந்து கொண்டே போகிறது. எந்த ஒன்றையும் சாதிக்க பல வழிகள் இருந்து கொண்டே இருக்கின்றன. நாம் தான் அவற்றைத் தேடுவதில்லை, தேடல் தான் வாழ்வின் சாரம், தேடல் நின்று விட்டால் நாம் வாழ்தலையும் நிறுத்தி விடுகிறோம்.

ஒரு பறவை இரை தேடிப்பறக்கும், கூடு தேடிப் பறக்கும், இணை தேடிப் பறக்கும். தேடலை நிறுத்தி விட்டால் அது பறத்தலையும் நிறுத்தி விடுகிறது, பறத்தலை நிறுத்தி விட்டால் அது பறவை இல்லை தானே...

என் அனுபவத்தில் தொழில் துவங்குபவர்கள் கைகொள்ள வேண்டிய மூன்று முக்கிய கோட்பாடுகள்:

1. ஆசை - இலக்குகள் (Goals)
2. திசை - வழி முறைகள்(Strategies)
3. விசை - பேரார்வம் (Inspiration)

இதை உங்கள் சேமிப்புக்கும், முதலீட்டுக் கொள்கைக்கும் கூடப் பயன்படுத்தலாம், உங்கள் பிரச்னைகளைத் தீர்க்கக் கூடப் பயன் படுத்தலாம், எந்த ஒரு பிரச்னைக்குமான தீர்வு அதனோடு ஒட்டியே இருக்கும் (All problems have an in built solution)

தேடுங்கள், வெற்றி நிச்சயம்!
பறந்து பாருங்கள், வானம் வசப்படும்!

◆

19 - வலி

வலி உணராத மானுடம் உண்டா?

புற உடல் வலி, அக உள்ள வலி இரண்டுமே வேதனைக்கு உரியன, காயம் அல்லது பிறழ்வு அல்லது மாறுபாடுகள் இவை தான் வலிகளுக்குக் காரணங்கள், உயர வேண்டும் என்கிற செயல்பாடுகள் கூட வலிகளுக்கான காரணங்கள் என்று உணர்ந்ததுண்டா?

(பெரும்பாலான வலிகள், வலிமிகுந்த தூண்டுதலிலிருந்து நாம் விடுபட்டு உடல் பழைய நிலையை அடைந்ததும் தீர்ந்துவிடுகின்றன, ஆனால் சில நேரங்களில் அத்தகைய தூண்டுதல்களிலிருது நாம் விடுபட்டாலும் உடல் அதன் சேதத்தைச் சரிசெய்து கொண்டது போல் தோன்றினாலும் வலி தொடர்ந்து இருக்கிறது; மேலும் சில நேரங்களில் கண்டறியக்கூடிய தூண்டுதல்கள், சேதம் அல்லது நோய்க்குறிகள் எதுவும் இல்லாமலே கூட வலி இருக்கக்கூடும். சுற்றியுள்ளவர்களின் ஆதரவு, கலாச்சார அம்சங்கள், மனோவசிய ஆலோசனைகள், விளையாட்டு அல்லது போரிலான கிளர்ச்சி, கவனத் திருப்பல் மற்றும் மதிப்பீடு ஆகியவற்றால் வலியின் செறிவும் எரிச்சலும் தணிக்கப்படலாம்.)

வலிக்கு இன்னொரு பொருள் உண்டு, வலிமை என்பது தான் அது, 'ஊழிற் பெருவலி யாவுள' என்ற வள்ளுவர் கூட 'முயற்சி தன் மெய்வருத்தக் கூலி தரும்' என்கிறார், வலி இல்லையேல் வலிமைப் பட முடியாது. இதைத் தான் தொழில் துவங்கிய அந்த நாட்களில் நான் என் மந்திரமாகக் கொண்டேன்.

அதிகாலை எழுந்தவுடன் ஒரு பயம் அடிவயிற்றில் தொற்றிக் கொள்ளும், இன்று என்ன செய்யப் போகிறோம் என்று தெரியாது, கையில் ஒரு கையிருப்பும் இருக்காது, ஒரு விற்பனை ஆணையும் இருக்காது, எதிர்காலம் மிகப் பெரிய கேள்விக்குறியாய் சட்டென்று

முகத்தில் அறையும், என்ன செய்ய, என்ன நடக்கும் என்ற கேள்விகள் வயிற்றைப் பிசையும்.

பற்பசையை வாயில் வைக்கும் போது சில வாய்ப்புகள் மட்டும் ஆறுதலளிக்கும், முகம் கழுவும் போது சில நம்பிக்கை கீற்றுகள் மெல்ல கிழக்கில் இருந்து உதிக்கும். இதை இதையெல்லாம் செய்தால் இந்தந்த ஆதாயங்கள் கிடைக்கும் என்று தோன்றும், முயன்று பார்க்க மூளை சொல்லும், முடியாதென்று உடல் கெஞ்சும்.

எது சொல்வதை நாம் கேட்கிறோம் என்பதில் இருந்து துவங்குகிறது நாம் உயர்வதற்கான வலி. ஆதவனின் கரங்கள் வலுப்படும் போது இந்த நாளை ஓட்டி விடலாம் என்கிற சிந்தனை கவனம் பெறும்.

கேள்வியாய் நிற்கிற காலத்தின் வளைவுகளைத் தட்டி நிமிர்த்தி ஆச்சர்யக் குறியாய் மாற்றும் இடத்தில் தான் நம் வலியின் நீட்சி இருக்கிறது. நம் வலியின் நீள அகலங்கள் நம் உயர்ச்சியில் தான் அளவிட முடியும். மனிதர்கள் வித்தியாசப் படும் இடம் கூட இது போன்ற தருணங்கள் தான். உழைப்பு தான் மனிதர்களை வித்தியாசப்படுத்திக் காட்டும்.

அவனுக்கு மட்டும் நடக்கிறதே, எனக்கு நடக்கவில்லையே என்னும் மனமாச்சர்யங்களை ஆய்ந்து கொண்டே போனால் கிடைக்கின்ற விடை இது தான், ரோட்டில் படுத்திருக்கும் சாதாரண மனிதர்களுக்கும் மாளிகையில் வசிக்கும் செல்வந்தர்களுக்கும் இடையே இருக்கும் வித்தியாசம் இது தான்! உழைப்பு, அல்லது யோசனை, அல்லது குறைந்த பட்ச ஆசை, அது இருக்கும் திசை, அதை அடையும் விசை.

மாளிகையை நோக்கி யோசிக்கத் துவங்கி விட்டாலே வலியில் இருந்து விடுதலையாகி வலிமை பெறத் துவங்கி விடுவோம். ஆனால் ஒன்று மட்டும் உறுதி, வலி இல்லாமல் வாழ்க்கை இல்லை.

உங்கள் முன் இரண்டு தேர்வுகள், ஒன்று வலிக்கு உங்களை நீங்களே ஒப்புக் கொடுத்து விடலாம், அல்லது அதை இன்னும் கொஞ்சம் நீட்டித்து வலிமை பெற்று விடலாம். ஒவ்வொரு மனிதனும் வலி மிக்க மனிதனே! நீங்கள் எந்தப் பாதி?

◆

20 - முயற்சி

விதிக்கும் மதிக்கும் இருக்கும் ஒரே வித்தியாசம் முயற்சி, சி ப்ளஸ் நிறுவனத்தில் வெற்று சுவர்களையும் மோட்டுவளையையும் பார்த்துக் கொண்டு உட்கார்ந்திருந்த எனக்கு தேவன் வந்து சொன்ன செய்தி இது தான்.

விதியை மதியால் வெல்ல முடியுமானால், அதுவும் அந்த விதியில் எழுதி இருக்கும் என்றெல்லாம் கம்பி கட்டுவார்கள். எதையும் நம்பி விடாதீர்கள், விதி என்பதே மதியால் கட்டப்பட்ட கூடு என்பேன் நான். என்னுடைய தலைவிதி போன ஜென்மத்தில் தீர்மானிக்கப் பட்டது என்றால் நான் ஏன் உழைக்க வேண்டும்?

அவ்வளவு ஏன்... விதிப்படி உங்கள் சாப்பாடு தட்டில் வந்து விழும் என்றால் அதைக் குறைந்த பட்சம் தட்டிலிருந்து எடுத்து வாயில் போட்டுக் கொள்ளும் உழைப்பாவது வேண்டுமே, இல்லை யாராவது ஊட்டி விடுவார்களா?

விதி என்றும் கர்மா என்றும் ஜாதகக் கட்டம் என்றும் நேரம் என்றும் சனி திசை என்றும் புலம்புபவர்கள் மேற்கொண்டு படிக்க வேண்டாம், அதுவெல்லாம் உண்மையாகவே இருந்து விட்டுப் போகட்டும், என் வேலையை, என் கடமையை நான் செய்கிறேன் என்பவர்கள் மட்டும் என்னோடு வாருங்கள், மேற்கொண்டு பறப்போம், நமக்கான ஒரு புது உலகம் காத்திருக்கிறது. அது புலம்புபவர்களை மேலாண்மை செய்யும் உலகம், நிறைய புதையல்களை உள்ளடக்கிய உலகம்!

ஒரு நிமிடம் கண்களை மூடி விருப்ப தெய்வத்தை நினைத்துக் கொள்ளுங்கள்; விதியைப் பற்றிய நம்பிக்கைகளையெல்லாம் தூக்கிப் போடுங்கள், பெரிய கனவுகளைக் காணுங்கள், சிந்தியுங்கள்,

உழைக்கத் தயாராகுங்கள், உங்களுக்கான பாதையும் இலக்கும் தெளிவாய் விரியும்.

எல்லோருக்கும் 24 மணி நேரம் தான் இருக்கிறது, ஒருவரால் இந்தியக் குடியரசுத் தலைவராக முடிகிறது, ஒருவரால் பிச்சை தான் எடுக்க முடிகிறது, இருவருக்கும் இருக்கும் வித்தியாசம் முயற்சி, உழைப்பு.

நிறைய மனிதர்கள் உழைக்கிறார்களே, எல்லோரும் தலைவர்களாக பணக்காரர்களாக ஆகிவிட முடிவதில்லையே என்றால், அவர்களின் நோக்கம் தான் அதற்கான காரணம். கண்டிப்பாக ஆகிவிடுவேன் என்று முயற்சி செய்தால், அதில் சிறு தயக்கம் கூட இல்லை என்றால், நிச்சயம் ஆகி விட முடியும் என்கிறார் உளவியலாளர் சிக்மண்ட் ஃப்ராய்ட். நீங்கள் ஒரு படி முன்னேறினால் இறைவன் பல படிகள் இறங்கி வருகிறான் என்கிறது சமய வேதங்கள், அவை இலக்குகளுக்கும் பொருந்தும்.

உழைப்பு மட்டுமே மனிதர்களை வித்தியாசப்படுத்தும். நானூறு மீட்டர் ஓட்டப்பந்தயம், சக போட்டியாளர்களுடன் ஓடிக் கொண்டிருக்கிறீர்கள், யார் வெற்றி பெறுவார், நிறைய உழைப்பைப் போட்டு பயிற்சி செய்த போட்டியாளர் தான் இறுதியில் வெற்றி பெறுவார்.

ஆம் நண்பர்களே, விதி வலியது என்று உட்காருபவர்களின் விதி விதியால் எழுதப்படுகிறது; அதைத் தட்டிவிட்டு எழுபவர்களின் விதி அவர்களாலேயே எழுதப்படுகிறது, கோப்பையை வெல்ல வேண்டுமானாலும், கோட்டையை வெல்ல வேண்டுமானாலும் உழைப்பு முக்கியம், கட்டம் சரியில்லை என்று கட்டம் கட்டப்பட்டவர் தன் உழைப்பால் கோட்டையைப் பிடித்தார் என்பது தான் இங்கு வரலாறு.

நான் ஏன் வள்ளுவனைக் கொண்டாடுகிறேன்? முயற்சி திருவினையாக்கும் என்றான், தெய்வத்தால் ஆகாது எனினும் முயற்சி தன் மெய் வருத்த கூலி தரும் தரும் என்றான்.

எவ்வளவு உழைக்கிறோமோ அவ்வளவு கூலி, ஆம் தோழர், கிளம்புங்கள் - புதிய வானம் காத்திருக்கிறது.

◆

21 - எங்கே செல்லும் இந்தப் பாதை ?

நாம் சரியாகத் தான் செய்கிறோமா?

இந்தக் கேள்வி நம்மில் பலருக்கு இருக்கிறது.

இலக்கில்லாமல் பயணித்துக் கொண்டிருக்கும் நல்ல மனிதர்களுக்கான பதிவு இது. நீங்கள் செய்வது எல்லாமே மிகச் சரியானது தான்! அதில் வெற்றி வந்தால் மகிழ்ச்சி, தோல்வி வந்தால் இரட்டிப்பு மகிழ்ச்சி. ஏன்?

அதிகமாகச் செல்லம் கொடுத்து வளர்க்கப் படும் குழந்தைகள் தான் அதிகத் துன்பங்களுக்கும் ஆளாகின்றன. தோல்வியைக் கற்பிக்காமல் எந்த வெற்றியையும் அந்தக் குழந்தைகளிடம் எதிர்பார்க்க முடியாது.

சிறுவயதில் தெருவில் இறங்கி நடக்கும் போது தன் கையைப் பிடித்துக் கொண்டு சாலையைக் கடக்க அனுமதித்ததே இல்லை என் அப்பா. தனியாக இருபுறமும் பார்த்துக் கொண்டு வேக வேகமாக ஓட்டமும் நடையுமாகக் கடந்திருக்கிறேன். அப்போதெல்லாம் வெறுப்பாக இருக்கும், ஏன் இப்படி இருக்கிறார் என்று கோபமாக வரும். அம்மாவிடம் புகார் மனுக்கள் அளிக்கப்பட்டு எத்தனை சண்டைகள் போட்டாலும் சாலைக் கடத்தல் திட்டம் மாறவேயில்லை.

நல்லது கெட்டது புரிந்த வயதில் அந்த ஏற்பாட்டின் அர்த்தம் புரிந்தது - ஒவ்வொருவரின் வாழ்வும் அவரவர் கைகளில் தான். தன் பாதையின் தடைகளை அவர்கள் தான் கடந்து வர முடியும், கடந்து செல்வதற்கான கல்வியைக் கொடுக்க முடியுமே தவிர கடத்தி விட முடியாது, அப்படிக் கடத்தி விட முயன்றால் குழந்தைகள் கற்றுக் கொள்வதை நிறுத்தி விடுகின்றன என்கிறது உளவியல்.

அதிகம் விழும் குழந்தைகள் தான் நன்றாக உறுதியாக நடக்கும். தோல்வியின் அடர்த்தி தான் வெற்றியின் உன்னதத்தை உணர்த்த முடியும்; எளிதாகக் கிடைத்து விடும் வெற்றிகள் தோல்விப் பயணங்களுக்கான கால்கோள் விழா

அதனால் தோல்விகள் வந்தால் மகிழ்வுறுங்கள் - வெற்றி உறுதிப்பட்டுக் கொண்டு இருக்கிறது என்று. ஆனால் தோல்விகளை ஆய்வு செய்ய வேண்டும், ஏன் தோற்றோம் என்று தெரியாமல் வெற்றி பெறுவதற்கான திட்டமிடல் துவங்காது

நாம் சரியாகத் தான் செய்கிறோம், வெற்றி வந்தால் வேகத்தை அதிகப்படுத்துங்கள், பந்தயத்தை வெல்வதை விட பந்தயத்தில் தொடர்ந்து இருப்பது முக்கியம், தோல்வி வந்தால் மூலோபாயத்தை (Strategy) மாற்றுங்கள், விசையை மாற்றுங்கள், மாத்தி யோசியுங்கள்! எப்படி?

◆

22 - மாத்தி யோசி

ஏல் நைட்டிங்கேல் என்று ஒரு ஆங்கில அறிஞர், வாழ்க்கையின் விசித்திரமான இரகசியம் என்று ஒரு நெகிழ் வட்டு (Floppy Disk) வெளியிட்டார். அவர் ஓர் எழுத்தாளர், வானொலிப் பேச்சாளர்.

ஓர் அறையில் நூறு இளைஞர்கள் இருந்தனர். எல்லோருக்கும் வாழ்க்கையில் சாதிக்கும் ஆசை, நிறையக் கனவுகள். வாழ்வின் தொடக்கத்தில் இருந்த அந்த இளைஞர்கள் அத்தனை பேரும் வெற்றி பெறும் கனவுகளுடன் தான் வாழ்வைத் துவங்குகின்றார்கள்.

நாற்பது வருடங்கள் கழித்து மீண்டும் அந்த நூறு பேரை அதே அறையில் போட்டு யாரெல்லாம் வெற்றி பெற்றார்கள் என்று பார்த்தால், ஒருவர் பெரும் கோடீசுவரர்; ஐந்து பேர் நிதிச் சுதந்திரம் பெற்று பணத்தைப் பற்றிக் கவலைப்படத் தேவையில்லாதவர்கள்; நாற்பது பேர் நல்ல நிலையில் இருக்கிறார்கள். ஆனால் நிதிச் சுதந்திரம் பெற்று மகிழ்ச்சியாக இல்லை. ஐம்பத்தி நாலு பேர் உடைந்த நிலையில் இருக்கிறார்கள், நூறு பேர் கொண்ட மாதிரி அளவில் ஆறு பேர் மட்டும் வெற்றி பெற என்ன காரணம், எல்லோருக்கும் வானாளாவிய கனவுகள் இருந்தனவே என்று எல்ப்ரிட் ஸ்வைட்சர் என்னும் அவருடைய ஆசிரியரைக் கேட்டிருக்கிறார். கொஞ்ச நேரம் அமைதியாக இருந்து விட்டு மற்றவர்கள் யாரும் கனவுகள் மெய்ப்பட யோசிப்பதே இல்லை என்று அவர் சொன்னாராம்!

மாத்தி யோசிப்பதை விடுங்கள், இங்கு யாரும் யோசிப்பதே இல்லை என்றால் ஆச்சர்யம் தானே... எல்லோருக்கும் பெரிய மனிதர்களாக ஆகும் ஆசைகள் இருக்கும்; ஆனால் அதை அடையும் வழிகளை யாரும் யோசிப்பதே இல்லை,

இறுதியில் அவர் வெற்றி பெற்றவர்களின் இரகசியத்தை இவ்வாறு சொல்கிறார் "தகுதியான யோசனைகளின் தொடர்ச்சியான முற்போக்கான உணர்தல்"

ஒரு கனவு, அதைத் தகுதிப்படுத்திக் கொள்தல், அதை அடைவதற்கான வழிகளை யோசித்தல், அந்த யோசனைகளைச் செயல் படுத்தும் திட்டமிடுதல், பின் அதைச் செயல்படுத்துதல், அதைத் தொடர்ச்சியாகக் கண்காணித்தல்

Ideation - Validation - Strategy - Planning - Implementation - Feedback and Course correction

இதைத் தான் நவீன தொழில் முனைவு மேலாண்மை சொல்கிறது. மதுரையிலேயே பெரிய கணினி நிறுவனமாக இருக்க வேண்டும் என்று இலக்கை வைத்துக் கொண்டேன். ஒரு கணினி கூட விற்காத போது சோர்ந்து போய் விடவில்லை, மாற்றி யோசித்தேன். நான் கற்ற வன்பொருள் அறிவை மாணவர்களுக்குச் சொல்லிக் கொடுக்க முடிவு செய்தேன். வயது வரம்பில்லை, ஆண் பெண் பேதமில்லை, ஒரு மாதப் படிப்பு, ஆயிரம் ரூபாய் கட்டணம்.

"Just cross the road, you will become a Computer Engineer" என்று விளம்பரம் வேறு. கல்லாவில் வந்து விழுந்த முதல் ஆயிரம் ரூபாய் இன்னும் ஞாபகம் இருக்கிறது; அவர் ஓர் இலங்கைத் தமிழ் பெண், என் மேல் நம்பிக்கை வைத்த முதல் மனிதர், அதுவும் ஒரு பெண், அதுவும் நம்பிக்கைகள் மொத்தமாகப் பொய்த்த மண்ணிலிருந்து, இது தான் கனவுகளின் வீரியம்

அந்த நிகழ்வு என் தமிழ்ப் பற்றையும் உலகளாவிய தமிழர் பற்றையும் இன்னும் ஒரு பிடி இறுக்கமாக்கியது.

◆

23 - புதிய விசை

எந்த வேலையும் இல்லாமல் ஈ ஓட்டிக் கொண்டு இருந்த நான் உட்காரக் கூட நேரம் இல்லாமல் பயிற்றுவித்துக் கொண்டிருந்தேன் என்றால் நம்ப முடியவில்லை தானே, அதற்கு நான் பயின்ற ஒரு உபாயம் சொல்கிறேன்.

‘இவனெல்லாம் எங்க...’ என்று சிலர் நம்மைப் பார்த்து ஏளனம் செய்யக்கூடும், நம்மை விட நிதி நிலையில் உயர்ந்த இடத்தில் இருக்கக்கூடிய அப்பாவின் நண்பர்கள், கேவலப்படுத்தும் சொந்தக் காரர்கள், மதிக்காத அக்கம்பக்கத்து வீட்டார்கள், வளரும் போது வளர விடாமல் தடுப்பவர்கள், அவர்களின் கர்வக் குழந்தைகள், மேலும் இவனை வளர விடக்கூடாது என்று பொது வெளியில், குழுக்களில், சங்கங்களில், சபைகளில் உங்களை அமுக்க நினைப் பவர்கள், மற்றும் உங்களை மதிக்காதவர்கள், உங்களை உதாசீனம் செய்பவர்கள், உதறித் தள்ளும் நண்பர்கள், இன்னும் உங்கள் பதிவேட்டில் நிறைய பேர் இருக்கக் கூடும். இவர்கள் மீது எப்போதும் கோபப்படாதீர்கள், அவர்கள் தான் உங்களை உயர வைக்கப் போகும் உந்து சக்தி!

முதலில் தெப்பக்குளம் போன்ற ஒரு தனி இடத்தில் அமருங்கள். யாரும் பக்கத்தில் இருக்கக் கூடாது, அவர்களைத் திட்ட நினைக்கும் வார்த்தைகளை எல்லாம் விட்டு விட்டு நல்ல வார்த்தைகளைப் போட்டு திட்டித் தீருங்கள். உதாரணத்திற்கு கோழைப்பையா, நாற்காலி, சும்மா கிடக்கும் பெஞ்சு, எமவாகனம், ஸ்பீட் பிரேக்கர், பிஞ்சுக் கொழந்த, தேஞ்ச டயரு இப்படி ஏதாவது...

இது நேர்மறை சிந்தனையை மெல்ல வளர்க்கும், மனசு இலேசாகும், மென் சிரிப்புக் கூட வரும்.

மெல்ல அவர்களை விட நீங்கள் உயர்ந்து விட்டதாகக் கற்பனை செய்து கொள்ளுங்கள். அவர்கள் உங்களுக்குச் செய்ததை ஒரு போதும் நீங்கள் அவர்களுக்குச் செய்வதாகக் கற்பனை செய்யாதீர்கள்; மாறாக, அவர்களுக்கு உதவ உங்களுக்கு ஒரு வாய்ப்பு கிடைப்பதாக நினைத்துக் கொள்ளுங்கள், உண்மையான அன்போடு உதவுவதாக நினைத்துக் கொள்ளுங்கள், மனது வானத்தில் பறப்பதைக் கண்டிப்பாக உணருவீர்கள்.

இந்தப் பயிற்சியைச் செய்யுங்கள், அப்புறம் பாருங்கள்- வித்தியாசத்தை; உங்களை நீங்களே கையால் பிடிக்க முடியாத படி வளரத் தொடங்குவீர்கள்.

◆

24 - கணினித் தொழிலில் கணக்குப் பாடம்

வாழ்க்கை சில வேகத்தடைகளுடன் இலகுவாகப் பயணிக்கும் போது, வசதியாக நாம் சாய்ந்து உட்கார்ந்து அசுவாசப் படுத்திக் கொள்வோம், ஆனால் இது தான் மிக அபாயகரமான நேரம் என்கிறது வணிக மேலாண்மை.

வருவாய்க்கும் லாபத்துக்குமான வித்தியாசம் உணர வேண்டிய தருணம் அது.

இரண்டும் ஒன்றல்ல என்பதைப் புரிந்து கொள்ளும் புள்ளியில் தான் நாம் வணிகத்தை சீராகக் கட்டமைக்க முடியும். வருவாய் என்பது நாம் விற்பனை செய்யும் அளவு, அதற்கான செலவுகளையோ கொள்முதல் செய்யும் உதிரிப் பொருட்களையோ கணக்கில் கொள்ளப் படாதது; லாபம் என்பது நம் வருவாயிலிருந்து கொள்முதலைக் கழித்து செலவுகளையும் கழித்து வரக்கூடிய, நாம் வீட்டுக்கு எடுத்துச் செல்லக் கூடிய, நிகர லாபம்.

பேரு பெத்த பேரு, தாக நீரு லேது என்பார்கள் தெலுங்கில். அதாவது ஊரிலேயே பெரிய பேர் பெற்ற குடும்பமாக இருக்கும்; ஆனால் அவர்களிடம் தாகத்துக்குக் கூட தண்ணீர் இருக்காது. அது போல பெரிய வருவாய் இருப்பது போல் தெரியும், சம்பளம் போடக்கூட காசு இருக்காது, தொழில் செய்பவர்கள் எல்லோருக்கும் இருக்கும் பிரச்னை இது. இந்தக் காலக் கட்டத்தில் தான் தலைகீழாக வேலை செய்வது எப்படி என்று தெரிந்து கொள்ள வேண்டும்.

Reverse Working என்று ஆங்கிலத்தில் சொல்வார்கள். அதாவது, நம்முடைய மாதாந்திரச் செலவுகள் எவ்வளவு, வருடாந்திரச் செலவுகள் எவ்வளவு (அதில் 1/12) அதற்கு நாம் எவ்வளவு

வருவாய் ஈட்ட வேண்டும் என்று நம்முடைய லாப இழப்புக் கணக்கைத் தலைகீழாக திட்டமிடுவது. இப்படிச் செய்யும் பொழுது எதிர்காலம் ஒரு வரம்புக்குள் கட்டுப் படும். இந்த மாதம் என்ன செய்ய வேண்டும், இந்த வாரம் என்ன செய்ய வேண்டும், இந்த நாள் என்ன செய்ய வேண்டும் என்கின்ற திட்டமும் ஒரு வரைபடமாக உங்கள் முன் விரியும்.

ஒவ்வொரு பறவைக்கும் வானத்தில் ஒரு எல்லை இருக்கிறது. குருவிகள் மனித எல்லைகளைக் கடந்து பறக்காது, காகங்களுக்கு மரங்கள் தான் எல்லை, கிளிகளுக்கு மாங்காடு, கொக்கு மற்றும் நாரைகளுக்கு, சிறிய நீர்ப்பகுதியுள்ள சதுப்பு நிலம், கழுகுக்குத் தன் இரையைக் கண்டறியும் உயரம், பருந்துகளுக்கு மிகப்பெரிய மலை முகடுகள்.

உங்கள் எல்லையையும் நிர்ணயித்துக் கொண்டு பயணத்தைத் துவங்குங்கள்; வானம் அழகாகும்!

◆

25 - ஜூனியர் சேம்பர்

எங்கிருந்து நமக்கான வாடிக்கையாளர்களைக் கண்டு பிடிப்பது, அவர்களிடம் எப்படி விற்பனை செய்வது, எப்படி விற்பனையைக் கூட்டுவது, எப்படி வாடிக்கையாளர்களைக் கூட்டுவது, எப்படி அவர்களைத் தக்க வைப்பது, எப்படி விளம்பரப்படுத்துவது, எப்படி மக்களை நம்ப வைப்பது - இது எல்லாமே புதிதாக தொழில் துவங்குபவர்களுக்குத் தெரிவதில்லை; அப்போது எல்லாம் சொல்லித் தர எம்பிஏ க்களும் அதிகமில்லை.

திக்குத் தெரியாத காட்டில் திண்டாடிக் கொண்டிருந்த போது பள்ளி நாட்களில் பணியாற்றிய ஓர் அமைப்பு ஞாபகம் வந்தது. இண்டராக்ட் க்ளப் (Interact Club) ரோட்டரி சங்கத்தினுடைய இளம்பிராயத்தினரின் அமைப்பு, அதில் கூடப் பணியாற்றிய நண்பர் தான் ஒரு புதிய அமைப்பை அறிமுகப்படுத்தினார், அதன் பெயர் ஜூனியர் சேம்பர்.

1915 ஆம் ஆண்டு அமெரிக்காவில் துவங்கப்பட்ட இந்த அமைப்பு உலகளாவிய அமைப்பாக 1944ஆம் ஆண்டு உருமாறியது, இன்று 124 நாடுகளில் விரிந்து பரவியிருக்கிற இதன் நோக்கம் தங்களுடைய உறுப்பினர்கள் தங்களுக்குத் தெரிந்த தொழில் வித்தைகளை, பராக்கிரமங்களை சக முகவர்களுக்கு, சக தொழில் முனைவோருக்குப் பயன்படுமாறு சொல்லித் தந்து ஆற்றல் மிகுந்த ஒரு சமுதாயத்தை உருவாக்குவது, கிட்டத்தட்ட இன்றைய வர்த்தக சபை (Chamber of Commerce) களின் முன்னோடி என்று சொல்லலாம்.

விற்பனை எப்படி செய்வது என்று அவர்கள் தான் சொல்லித் தந்தார்கள்.

அழைப்புகள் - வாய்ப்புகளை வரிசைப் படுத்துதல் - நமதாக்குதல் -வெற்றி *Cold Calling - Prospects - Conversion - Sales Closing.*

முதலில் வீடு வீடாய்ப் போய் தட்ட வேண்டும். அதன் பின் தான் அவர்களுக்கு வேண்டுமா வேண்டாமா என்பது தெரிய வரும். அதன் பின் அவர்கள் நம் பொருட்களை வாங்குவார்களா அல்லது போட்டியாளர்களுடையதையா, அதன் பின் அதற்கான பட்ஜெட், எந்த இடத்தில் நாம் போட்டியாளர்களை விட உயர்வு என்று உணரவைத்து, அங்கே வாடிக்கயாளர்களை நமதாக்கிக் கொள்ள வேண்டும், அதன் பின் தான் விற்பனை - யாரும், எப்போதும், 'ஆஹா, தொழில் துவங்கி விட்டீர்களா நண்பரே, எனக்கு நாலு கொடுங்கள்' என்று கேட்க மாட்டார்கள்.

தேவை தான் விற்பனையின் அடிப்படை. கூச்சமே இல்லாமல் அந்தத் தேவை இருப்பவர்களை அடையாளம் காணுவது தான் அழைப்புகளின் அடிப்படை. ஆனால் கதவுகளைத் தட்டாமல் எந்தக் கதவுகளும் திறக்காது.

பின்னாளில் "த இண்டஸ் ஆந்திரபிரனர்" *(The Indus Entrepreneur)* அமைப்பின் உலகளாவிய அமைப்புச் செயலாளர் தோட்லா என்பவரைச் சந்தித்தேன், *'You have to be shameless in asking for orders'* கூச்ச நாச்சமே பார்க்காமல் விற்க வேண்டும் என்றார். அது தான் வெற்றியின் முதற்படி என்றார். முப்பது ஆண்டுகள் முன்னும் பின்னும் ஆக இந்த வாழ்க்கை என்னைத் தாலாட்டியது.

ஏதாவது ஓர் அமைப்பில் சேர்ந்து கொள்ளுங்கள், வெற்றிக்கான கூட்டு முயற்சியில் உங்களின் பங்கும் இருக்கட்டும், அல்லது அது உங்களின் பறத்தலின் துவக்கமாகவும் இருக்கக் கூடும்.

◆

26 - விதை

மண் பொதுவானது தான் அதில் நெல் போட்டால் நெல் முளைக்கும், கள்ளிச் செடி விதை போட்டால் விஷம் தான் கிடைக்கும். விதையின் வீரியத்தைப் பொருத்து வளர்கின்ற வேகம் கூடும், விருச்சத்தை விளைவிப்பது தான் மண்ணின் லட்சியமே தவிர அது நல்லதா கெட்டதா என்பதையெல்லாம் அது பார்க்காது. அது போலத் தான் நம் வாழ்க்கையும்; நல்ல எண்ணங்களை விதைத்தால் மட்டுமே நல்ல எதிர்காலம் கிடைக்கும்

எதிர்மறை சிந்தனைகளுடன் வாழ்ந்து கொண்டிருந்த ஏராளமான தொழில் போட்டியாளர்களுடன், நேர்மறை சிந்தனைகளுடன் வளர்ந்து கொண்டிருந்த 'சி ப்ளஸ்' நிறுவனத்துக்கு நிச்சயம் ஒரு ப்ளஸ் இருந்தது, அது அந்த நிறுவனத்தின் உதவியாளர்கள்.

வேலைக்காரர்கள் என்று நான் என்றுமே சொல்வதில்லை, தன்னுடைய வளர்ச்சிக்கும் என்னுடைய வளர்ச்சிக்கும் உதவிய வர்களை உதவியாளர்கள் என்று தானே சொல்ல வேண்டும்.

சம்பளம் என்றைக்குமே தர நிலை பார்த்து வழங்குவதில்லை. போட்டியாளர்களை விட கொஞ்சம் கம்மியாகத் தான் இருக்கும், ஆனால் சமத்துவமும் கற்றலும் ஏராளமாய் இருக்கும், என்னை எப்படி என் முதலாளி நடத்த வேண்டுமோ அப்படித் தான் நான் என் உதவியாளர்களை நடத்துவேன். அதனால் தான் இன்று வரை அவர்களால் என்னுடன் இயல்பாய் இருக்க முடிகிறது,

இது வியாபாரத் தந்திரம் என்று வேண்டுமானாலும் கொள்ளலாம்; அல்லது உளவியல் உத்தி என்று வேண்டுமானாலும் கொள்ளலாம்.

வெகு நாட்களுக்குப் பிறகு வணிக மேம்பாட்டுப் பயிற்சியாளர் திரு இராஜீவ் தல்ரேஜாவிடம் ஒரு பேட்டியில் 'எப்படி பணியாளர்களை நம் நிறுவனத்திலேயே தங்க வைப்பது' என்று கேட்ட போது அவர் ஒரு கருத்து சொன்னார்.

முந்தைய தலைமுறைப் பணியாளர்கள் கல்வி மற்றும் உணவு போன்ற அடிப்படைத் தேவைக்காக வேலைக்கு வந்தனர். அடிமைத்தனம் இருந்தது. நேற்றைய தலைமுறையினருக்கு அடிப்படைத் தேவைகள் பூர்த்தி ஆகி விட்டன, வசதியான வாழ்க்கைக்காக வேலைக்கு வந்தனர், அதனால் சுயமரியாதையும் கற்றலும் தேவையாக இருந்தன; நன்றாக வேலை செய்து அந்த நிறுவனத்தில் கற்றுக் கொண்டு அந்த நிறுவனத்தையும் உயர்த்தினர்.

இன்றைய தலைமுறையினருக்கு அந்த வசதியான வாழ்க்கையும் கிடைத்து விட்டது, ஆடம்பர செலவுகளுக்காக வேலைக்கு வருகின்றனர், அவர்களுக்கு மரியாதையும் சுய திருப்தியும் கிடைத்தால் மட்டுமே தங்குவர்; கிடைக்கவில்லையெனில், மாறி விடுவர் என்றார்.

ஒரு தலைமுறைக்கு முன்னேயே அந்த எண்ணம் எனக்கு வந்தது. இறைவனின் கருணை, நம் எண்ணங்களும் வண்ணங்களும் தானே இறைவன்.

ஒவ்வோர் உதவியாளரும் ஒவ்வொரு மண், அவர்களுக்குள் நல்ல விதைகளைப் போட்டு நல்விருட்சமாக வளர்த்தெடுப்பது நம் கடமை.

பறவைகளின் கடமை நல்ல மரங்களை, காடுகளை, வனங்களை உருவாக்குவது தானே...

◆

27 - ஜீரோ டிகிரி

நெருக்கடியான தருணங்களில் என்ன செய்ய வேண்டும்?

சுழி வெப்பம் சுழி கோணம் என்னும் பதம் கேள்விப் பட்டிருக்கிறீர்களா? ஆங்கிலத்தில் இரண்டுக்கும் ஒரே பெயர் தான் ஜீரோ டிகிரி.

பனிப் புள்ளி *(Ice Point)* - திரவங்கள் உறையும் தட்பவெப்ப நிலை தான் இந்த ஐஸ் பாயிண்ட். ஒரு திரவத்தை திடப் பொருளாக மாற்றுவதற்குத் தேவைப்படும் வெப்ப நிலை. அதைத்தான் சுழி வெப்பம் அல்லது ஜீரோ டிகிரி என்பர். அதே போல உருகுப் புள்ளி *(Melting Point)* திடப்பொருள் திரவப்பொருளாக மாறக்கூடிய வெப்ப நிலை, ஆவிப் புள்ளி *(Vapourising Point)* திரவப் பொருள் ஆவியாகும் அதி வெப்ப நிலை இந்த மூன்று புள்ளிகளுக்கும் நம் மன நிலைக்கும் தொடர்புண்டு, இரணடு கோடுகள் ஒன்றோடொன்று இணைந்து விட்டால் சுழி கோணம்.

மனம் எப்பொது இளகும், எப்போது இறுகும், எப்போது இறகு போல் லேசாகும் என்பது மனிதருக்கு மனிதர் மாறுபடும். அந்த இளகு நிலையும் இறுகு நிலையும் இறகு நிலையும் தனக்கு எப்போது வருகிறது என்று தெரிந்து விட்டாலே ஒரு மனிதன் உயரத் துவங்கி விடுவான்.

அது ஒரு தவம், எல்லா மனிதருக்கும் அது எளிதில் கிடைத்து விடாது, அது ஒரு சித்தி, எப்போதும் வாய்த்து விடாது, அது ஒரு தொடர் கற்றல், சில சந்தர்ப்பங்களும் சூழ்நிலைகளும் வரும் பொழுது அது தானாக நமக்கு நடக்கும், ஆங்கிலத்தில் *Resilience* என்றும், தமிழில் விரிதிறன் என்றும் அதற்கு ஒரு சொல்லாடல் உண்டு

இனி வளர இடமே இல்லை என்று உணரும் பொழுது கூட்டை உடைத்துக் கொண்டு வெளிவரும் கோழிக் குஞ்சு போல இனி எங்கும் போக வழியில்லை என்று வாழ்க்கை சுத்தி சுத்தி அடிக்கும் போது, காப்பாற்ற யாரும் இல்லாத பொழுது, உள்ளுக்குள் இருந்து ஒரு உந்துதல் வரும் பாருங்கள் - அது தான் பனிப்புள்ளி, அந்தச் சூழல் தான் ஜீரோ டிகிரி

உங்கள் எல்லோருக்குமே இப்படியான நெருக்கடியான சூழ் நிலைகள் இருந்திருக்கும்; அதிலிருந்து எப்படி வெளியே வந்தீர்கள் என்று நினைத்துப் பாருங்கள் - உங்களை உங்களுக்கே பிடிக்கத் துவங்கும், அங்கே தான் 'நாம் மென்மேலும் உயர்வோம்' என்கிற நம்பிக்கை பொதிந்திருக்கிறது

முடிந்தால் அந்தத் தருணங்களைக் குறிப்பெடுத்துக் கொள்ளுங்கள்! உங்கள் வாழ்க்கையின் வெறொரு ஜீரோ டிகிரி சந்தர்ப்பத்தில் உதவியாயிருக்கும், இப்படியே பனிப்புள்ளி, உறைப் புள்ளி, ஆவிப்புள்ளிகளைக் குறிப்பெடுக்கத் துவங்குங்கள்! அது தான் உங்கள் சிறகுகள்...

◆

28 – களம்

ஜீரோ டிகிரி, இது மாதிரியான நெருக்கடியான காலக்கட்டங்களில் நாம் பயன்படுத்த வேண்டிய உத்திகளைக் கற்றுக் கொடுக்கும். அனுபவங்கள் தானே மிகச் சிறந்த ஆசான்

1. பதற்றப் படாதே
2. சாத்தியமான தீர்வுகளைப் பட்டியலிடு
3. தேர்வு செய்
4. முதல் தேர்வை முயன்று பார்
5. வென்றால் விலகு
6. தோற்றால் எண் 1 லிருந்து மீண்டும்...

29 - எழுத்துச் சித்தர்

இரும்பு குதிரைகள் என்று ஒரு நெடுந்தொடர்; முதல் முதலில் எனக்கு பாலகுமாரன் அறிமுகமானது அதில் தான். 'க்' ஒற்று மிகுமா என்று ஒரு விளக்கம் கொடுத்திருப்பார், தமிழ் மேல் காதல் கொண்டு விடுவீர்கள்.

அவர் எழுத்துக்களைப் படித்தால் உங்களையே காதலிக்கத் துவங்கி விடுவீர்கள், அப்படி ஓர் இயல்பான எழுத்து அவருடையது,

இரும்பு குதிரைகள் லாரித் தொழிலின் பின்புலத்தில் எழுதப்பட்ட சமூகப் புனைவு, நாயகனோடு ஒரு சராசரி மனிதனால் தொடர்புப் படுத்திக் கொள்ள ஏராளமாய் இருக்கும், தினசரி வேலைப் போரில் நடக்கும் சாகசங்கள் தான் உண்மையான வாழ்தல் என்று நமக்குப் புரிய வைக்கும்.

தான் எழுதி வெளிவந்த முதல் கதை நண்பனிடம் இருந்து திருடியது என்று அவர் சொன்ன போது இரண்டு நாட்கள் ஒரே பரிதவிப்பாய் இருந்தது. தோழியோடு தமிழ்ப் போர்வையில் உறவு கொண்டேன் என்ற போது கிளுகிளுப்பாய் இருந்தது. ஆனால் இரண்டாவது திருமணம் செய்து கொண்ட போது எனக்குள் இருந்த இலக்கணங்கள் நொறுங்கின. ஆனாலும் இலக்கியவாதிகளுக்கு இருந்த இலக்கண மீறல்கள் புரிந்த போது வாழ்க்கையின் போக்கு அதன் இயல்பில் இல்லை, அது போகிற போக்கில் இருக்கிறது என்ற புரிதல் வந்தது.

போக்கின் கடிவாளம் நம் கையில் இருக்கிறது என்கிற புரிதலும்.

தொழிலில் கீழிறங்கிக் கொண்டிருந்தேன். கல்லூரியில் நட்சத்திரப் படிப்பாளி; ஆனால் தொழிலில் எண்ணிய படி முதல் நிலைக்கு வர முடியவில்லை. தவிப்பாய்த் தவித்த காலம்,

ஒவ்வொரு வாய்ப்பையும் கெட்டியாகப் பிடித்துக் கொண்டு வாழ்தலுக்காக எக்கி எக்கிப் பரிதவித்த காலம். யார் வருவார் கை தூக்க, எவர் வருவார் சீராட்ட. கைக்கும் வாய்க்கும் சமன்பாடுகள் சரிவர இயங்கவில்லை, வரவுக்கும் செலவுக்கும் சமரசங்களே வாய்க்கவில்லை. விழிகள் அகல விரித்து பிரபஞ்சத்தை எதிர் நோக்கி புலன்களைத் திறந்து வைத்திருந்தேன்.

'என்னடா' என்று ஒருமையில் அழைத்து ஒரு பாட்டம் அறிவுரையாக அவர் எழுதியது என் தாழ்வு மனப்பான்மையை சுக்கு நூறாக நொறுக்கியது. என்னைப் போன்ற எத்தனையோ பேரை ஆழ்குழியிலிருந்து மீட்டெடுத்த எழுத்தாளர்களுள் அவரும் ஒருவர். என்னடா என்பது ஒருமை அல்ல. அது உரிமை என்பது அவர் எழுதிய அந்தக் கட்டுரையைப் படித்தவர்களுக்குப் புரியும்.

தோல்வி என்பதைத் தவிர எதையுமே பார்க்காதவர்கள் அந்தக் கட்டுரையை அவசியம் படிக்க வேண்டும். ஒரு எழுத்து என்ன செய்யும் என்று அப்போது புரியும்.

அவருடைய சுய கதையை நம் எல்லோருடையதோடும் தொடர்பு படுத்திக் கொள்ள முடியும். கடைசியாக 'என்னாலேயே இந்த இடத்துக்கு வரமுடியும் போது உன்னால ஏண்டா வரமுடியாது' என்று அவர் கேட்கும் போது பட்டென்று உயிரில் கைவைத்தது போல் சிலீரென்று இருக்கும்,

மலையின் விளிம்பில் நின்று கொண்டு இனி வாழப் பாதைகள் இல்லை என்று நினைக்கும் போது வானத்துக்குப் பாதை போட்டு வானூர்தியில் கூட்டிப்போனால் எப்படி இருக்கும், நம்மை அவமானப்படுத்தியவர்களை மேலிருந்து சிறுவர்களாகப் பார்க்கும் ஒரு மனோ நிலை கிடைக்கும் என்றால் எல்லோரும் ஏறுவோம் தானே ...

பாலகுமாரனைப் படித்துப் பாருங்கள், சறுக்கலிலிருந்து பறக்கப் பழகலாம்.

◆

30 - உழைப்பு

இந்த உலகத்தில் எல்லாவற்றுக்கும் மாற்று உண்டு, உறவுக்குப் பதில் நட்பு, ஒரு உதவியாளருக்குப் பதில் இன்னொருவர், வேலைக்குப் பதில் தொழில், இந்தத் தொழிலுக்குப் பதில் அந்தத் தொழில், தாய்க்குப் பின் தாரம் என்றே கூட ஒரு சொலவடை உண்டு, ஆனால் இந்த ஒன்றுக்கு மாற்றே கிடையாது என்றால் அது உழைப்பு தான்!

'உழைப்பு தான் மனிதனை வித்தியாசப்படுத்திக் காட்டும்'

ஒவ்வொரு மனிதனும் கைரேகை, கண்ணொளி தவிர எங்கே வித்தியாசப்படுகிறான், அவனுடைய செயல்களால் தானே... அந்தச் செயல்களைச் செய்ய அவன் தரும் மூலதனம் தான் இந்த உழைப்பு. அந்த செயல்கள் உயர்வாக இருக்க வேண்டுமானால் அதன் மூலதனமும் உயர்வாக இருக்க வேண்டும் தானே...

சரி, ஒரு ரிக்சா தொழிலாளியின் உழைப்பை விடவா நாம் உழைத்து விட முடியும், ஒரு கூலித் தொழிலாளியின் உழைப்பை விடவா நாம் உழைத்து விட முடியும், உண்மை தான், இதற்கு நவீன மேலாண்மையில் இரு துருவத் தத்துவம் ஒன்று சொல்வார்கள், கடின வேலை ★ புத்திசாலித் தனமான வேலை (Hard Work ★ Smart Work) என்று.

இதை இன்னும் கெட்டிக்காரத்தனமாக அணுகலாம், கோயம்பேடு பேருந்து நிலையத்துக்குச் சென்று ஏதாவது ஒரு பேருந்தில் ஏறுவீர்களா அல்லது நீங்கள் போக வேண்டிய பேருந்தில் ஏறுவீர்களா? இதற்கு உங்களுக்குப் பதில் தெரியும். நீங்கள் போக வேண்டிய ஊர் தான் இலக்கு.

அந்த இலக்கை அடையச் செல்ல வேண்டிய வழிகள் தான் வேலை. காசும் திட்டமும் வைத்திருக்கிறவன் வானூர்தியிலும், முன்னாலேயே திட்டமிடுபவன் இரயிலிலும், அவசரமாய் கிளம்ப வேண்டியவன் பேருந்திலும் ஏறுவான்.

அது போலத் தான் வேலையும் திட்டமிட்டுப் பயணம் செல்பவன் வேலைகளை இலகுவாக்கிக் கொள்வான், ஆனாலும் வானூர்தியில் செல்லும் வேலையை அவன் செய்தாக வேண்டும், அப்போது தான் இலக்கை அடைய முடியும்.

இலக்கு + திட்டம் + செயல்பாடுகள் என்று பயணப்படும் போது இலக்குகள் உங்களை நோக்கிப் பயணப்படுவதை யாராலும் தடுக்க முடியாது. இது மூன்றுக்கும் சேர்த்துத் தான் உழைப்பு என்று பெயர், இதில் முதல் இரண்டும் குறையக் குறைய மூன்றாவதை அதிகம் போட வேண்டியிருக்கும், இப்போது கனவு வேலை. புத்திசாலித்தனமான வேலை பற்றி ஒரு தெளிவு கிடைத்தது தானே

இன்னொன்று, உங்கள் எதிரியைத் தீர்மானித்துக் கொள்ளுங்கள். அவர்களை விட வேகமாகவும் திடமாகவும் உத்வேகத்தோடு உழைத்தீர்கள் என்றால் அவர்களை நீங்கள் முந்துவதை அந்த ஆண்டவனால் கூட தடுக்க முடியாது. வெற்றிக்குக் குறுக்கு வழிகள் கிடையாது, உழைப்புக்குக் குறுக்கு வழிகள் தெரியாது.

உழைப்பு என்னும் வானூர்தியில் இலக்குகளோடும் திட்டங்களோடும் ஏறிக் கொள்ளுங்கள் - பறத்தல் தான் உங்கள் பாணி என்றால்...

◆

31 - நடை பயணம்

பழனி பாத யாத்திரை, தெற்கத்தி மக்களுக்கு மிகவும் பரிச்சயமான ஒரு தைப்பூச நிகழ்வு. முருகனைக் குலதெய்வமாக வழிபடும் தமிழர்களுக்கு அது ஒரு மரபு. காவடி தூக்கி நடை பயணம் மேற்கொள்ளும் பக்தர்களுக்கு என்றே ஒரு வரலாறு உண்டு.

ஒவ்வொருவருக்கும் வாழ்க்கையில் பல பிரச்சனைகள் உள்ளன. கடவுளை வணங்குவதன் மூலம் தங்களுக்கு ஏற்பட்டுள்ள கஷ்டங்களை அவர் களைந்து விடுவார் என்ற நம்பிக்கையின் அடிப் படையில் தான் அவரை வணங்குகின்றனர். அப்படி வணங்கும் முறைகளில் சில அங்கப் பிரதட்சணம், மண்சோறு, அடி வழிபாடு, வெடி வழிபாடு, நடை பயணம், அலகு குத்துதல், காவடி தூக்குதல், வண்டி இழுத்தல், அன்னதானம், சொர்ண தானம், மடிப்பிச்சை, அப்படியான ஒரு வழிமுறை தான் நடை பயணம்!

நானும் கூட பழனிக்குப் பாத யாத்திரை மேற்கொண்டேன். என்னைப் பொருத்த வரை, பக்தி என்பது ஒரு எதிர்காலத் திட்டப் பலகை *(Vision Board Concept)*

நம்முடைய கனவுகளைச் செதுக்க, திட்டமிட, செயல்பாடுகளைச் செய்ய ஒரு கனவு வரைபடம் தேவைப்படுகிறது. அதை இன்றைய நவீன மேலாண்மை *Theory of Manifestation* என்று சொல்கிறது. அதற்குத் தடைகளில்லாத, தொந்தரவுகளில்லாத தனிமை தேவைப் படுகிறது. அது நம் வழிபாடுகளில் கிடைக்கிறது. இந்த நடைப் பயணத்தில் அது ஏராளமாய் கிடைக்கிறது.

இந்தப் பிறவியில் நன்றாக வாழவும், அடுத்த பிறவி இரகசியங்களை அறிந்து கொள்ளவும் பழனிக்குச் செல்லலாம் என்று போகர் எழுதிய இலாயிரம் சொல்கிறது. பதினெண் சித்தர்களுள் மிக

முக்கியமானவர் போகர், ஒன்பது விடங்களை ஒன்றாக மருந்தாக்கிச் செய்த சிற்பம் தான் பழனி பால தண்டாயுதபாணி சிலை, செவ்வாய்க் கிரகத்தின் ஆற்றல் பூமிப் பந்தின் பக்கம் கிரகிக்கப் பட்டு உருவாக்கப் பட்டதாக சொல்லப்படுகிறது பழனி வரலாறு.

'திருமுறுகாற்றுப் படை'யில் 'மகாலஷ்மி', 'காமதேனு', 'இந்திரன்' போன்றவர்கள் 'அவினான்குடி' என்ற பழனிக்குச் சென்று வழிபட்டதாகக் கூறப்படுகிறது. நம்முடைய ஆற்றலைப் பெருக்கிக் கொள்ளத்தான் பெரும்பாலும் வழிபாடுகள் தேவைப்படுகின்றன. இது எல்லா சமயங்களுக்கும் பொருந்தும். வழிபாடுகள் செய்யச் செய்ய நம்முடைய ஆற்றல்கள் பன்மடங்கு கூடுகின்றன. அதனால் நாம் நம் விருப்பத்தை நிறைவேற்றி விடுகிறோம்; அதைத் தெய்வம் செய்து தந்ததாக நம்புகிறோம். பக்தி வளர்கிறது, அது அபரிவிதமான காதலாக மாறுகிறது, மெல்லச் சமயப் பற்றாக உருமாறி, அன்பின் வழி துய்க்கிறோம்.

அந்த நம்பிக்கைகளைக் காசாக மாற்றக் காத்திருக்கும் கூட்டம் அதை மெல்ல ஆவேசமாக மாற்றக் காத்திருக்கிறது. உண்மையில் இயற்கையை வழிபட்டுக் கொண்டிருந்த தமிழன், பயத்தை வெற்றி கொள்ள ருத்ர வழிபாடு மேற்கொண்டான், வேட்டைச் சமூகமாக மாறிய போது கொற்றவை வழிபாடு செய்தான், கொற்றவை மைந்தனை முருகனாக வழிபட்டான், விவசாய சமூகமாக மாறிய போது ஆயனான மாலனை வழிபட்டான். ஞாபகம் வைத்துக் கொள்ள, அடுத்தடுத்த தலைமுறைக்குக் கடத்த எல்லாவற்றுக்கும் கதைகள் தேவைப்பட்டன. பிற்பாடு கதைகள் நிலைத்து விட்டன. இறைவர்கள் நிலைப்பட்டனர், மனிதம் காணாமல் போனது, இது எல்லா சமயங்களிலும் இருக்கும் அவலம்.

உண்மையில் நடைப்பயிற்சி பற்றி எல்லோரும் தெரிந்து கொள்ள வேண்டும். பறக்க வேண்டுமானால் சிறிது தூரம் நடந்து பின் ஓடி அதற்கப்புறம் தான் பறக்க முடியும் இல்லையா?

◆

32 - திக்கற்ற காடு
(நடைபயணம் - II)

எப்போதாவது காட்டுக்குள் மாட்டிக் கொண்டு வழி தெரியாமல் தவித்திருக்கிறீர்களா?

அது ஒரு மிகப் பெரிய பயம், யாருமற்ற தனிமை, உயர்ந்த மரங்கள் தரும் அமானுஷ்யம், அடர்ந்த கானகம் தரும் இருட்டு, வரப்போகும் மிருகங்கள் பற்றிய அறியாமை, வழி தெரியாத பரிதவிப்பு, தூரத்துப் பறவைகளின் ஒலிகள் தரும் கிலுக்கை, சிறு ஓசைகள் கூடப் பெரிதாகக் கேட்கும் அமைதி, நம்மைத் தவிர யாரும் இல்லை என்றாலும் யாரென்று தெரியாத ஆயிரம் எதிரிகள் வரப்போகிற எதிர்பார்ப்பு, இப்படியாக வயிற்றுக்குள் பறந்து தவிக்கும் பயங்கொள்ளிப் பட்டாம்பூச்சி, ஆனாலும் நம் ஆதிகுடியை நினைத்துக் கொண்டு விடாமல் காட்டின் எல்லையை எப்படியாவது கடந்து விடுவோம் என்று துளிர்க்கும் ஒற்றை நம்பிக்கை.

அப்படித் தான் வாழ்க்கையும், எங்கே போய்க் கொண்டிருக்கிறோம் என்று தெரியாமலேயே ஓடிக் கொண்டிருக்கும் போராட்டம். சேர்த்த காசெல்லாம் நமக்கு மட்டுமே பயன் தராது என்று தெரியும் போது எதற்காக ஓடினோம் என்று ஒரு மனமாச்சரியம் வரும் பாருங்கள் அதற்கு ஈடாக எந்தப் புதிரையும் வைக்க முடியாது. ஆனாலும் ஓடுவதை நிறுத்த முடியாது, மற்றவர்கள் நம்மைத் தாண்டி ஓடி விடுவார்களோ என்ற பயம், எங்கே போகிறோம் என்பதை விட நம்மை அடுத்தவர் முந்தி விடக் கூடாது என்பதில் தான் நம் கவனம் இருக்கும். இதற்கு நானும் விதிவிலக்கல்ல, சராசரிக்கு எந்த விதத்திலும் உசத்தியில்லாத மனிதன் தான் நானும்.

நடைபயணம் தான் இந்தக் காட்டிலிருந்து நம்மை மீட்டெடுக்கும் சக்தி வாய்ந்த ஆயுதம், அது ஒரு வகையான தவம், மனம் ஆறு நிலைகளில் ஆறாகக் கரைந்து கடவுளெனும் கடலோடு கலக்கப் போகும் நிகழ்வு அது.

- தன் நிலை மறந்து எல்லோரோடும் நடக்க வேண்டிய நிகழ்வு
- கூட்டத்தில் ஒருவன் என்கிற ஒற்றுமை
- என்ன கிடைக்கிறதோ அதை சாப்பிட வேண்டிய கட்டாயம்
- ஆடம்பரங்களோ ஆரவாரங்களோ இல்லாத நிலைப்பாடு
- யாருக்கும் முன்னுரிமை இல்லாத தன்மை
- இவற்றில் கர்வம் அழிந்து ஓர்மையாகும் மனம்

முதல் நாள் உற்சாகமாகத் துவங்கும் நிகழ்வு மெல்ல கடுமையாக மாறும். சாதாரணமான நடையே சவட்டும், தொடை உரசும், புண்ணாகும், பாதம் தேய்ந்து சிறு கல் கூட உயிர் போகும் வலியை உண்டாக்கும், இடுப்பு கெஞ்சும், இடுப்புக்குக் கீழே இருக்கும் பாகம் இருக்கிறதா என்று கேட்கும் அளவு மரத்துப் போகும், கொஞ்சம் உட்காரு, கொஞ்சம் இளைப்பாறு, கொஞ்சம் படு என்று மனசு ஏங்கும், இல்லை வேகமாக நட, உன்னோடு வந்த கூட்டம் முன்னால் வெகு வேகமாகப் போய்விட்டது என்று மூளை எச்சரிக்கும், இரண்டையும் கையாளத் தெரியாமல் உடம்பு தவிக்கும்.

மெல்ல உடம்பும் மனசும் இந்த அழுத்தத்துக்குத் தயாராகத் துவங்கும், பழகப் பழக நடையில் ஒரு மிடுக்கு வரும், காலை வீசிப் போட்டு நரம்புகளின் இறுக்கத்தைக் குறைக்க நடக்கும் போதே பயிற்சி கிடைக்கும், இது தான் தற்போதைய நம் வாழ்க்கை முறை என்று மனசு தயாராகி விடும். வேறு வழியில்லை என்றவுடன் மனசும் உடம்பும் தயாராவது கண்டு செய்ய முடியாத வேலைகளை செய்து முடிக்கும் வலிமையும் வல்லமையும் வருகிறதே என்று மனசு ஆச்சர்யம் கொள்ளும், மெல்ல வாழ்க்கையின் விதிகளை சுவீகரிக்கத் துவங்குவோம், திக்குத் தெரியாத காட்டின் வலியை வெற்றி கொள்ள நாம் தயாராகிக் கொண்டிருக்கிறோம், பயிற்சி ஒரு மனிதனை முழுமையாக்குகிறது.

நமக்குள் ஒரு புதிய நாம் பிறந்து விட்டோம்.

◆

33 - முடிவாய் ஒரு முடிவு

(நடைபயணம் III)

முதல் நாள் சமுத்திராபட்டி, இரண்டாவது நாள் கொசவபட்டி, மூன்றாவது நாள் செம்மடைப்பட்டி, நான்காவது நாள் பழனி அடிவாரம். வழி நெடுக வேல் பூசை, பள்ளய சாப்பாடு,

பரதேசியும் பாதி உலகை வென்றவனும் ஒரே கூடாரத்தில் படுத்துறங்கி, ஒரே சாப்பாடு சாப்பிட்டு, அனுபவங்களைப் பகிர்ந்து, ஒவ்வொருவனும் தான் செய்த தவறுகளை சரிசெய்து கொள்ளும் உபாயங்களைக் கண்டு பிடிக்கும் போது அடிவாரம் வந்து விடும்.

தமிழர் மெய்யியல் என்று ஒரு கோட்பாடு, சொன்னால் என்னை தமிழ்த் தேசியவாதியாய் முத்திரை குத்தி விடுவார்கள், இது ஒரு கிளிசே சித்தாந்தம், மந்தை மனோபாவம். ஒரு நிகழ்வை அதையொட்டிய கதைகளோடு தொடர்புப் படுத்தி கற்பனை செய்து கொள்ளுதல், எதையுமே உள்ளர்த்தம் கற்பித்துக் கொண்டு அணுகுதல். இது போலத் தான் ஆரிய - திராவிட சித்தாந்தங்கள், எவையும் மனித வாழ்வியலில் ஒரு பொருட்டே அல்ல என்பதை மானுடம் இனி ஒரு போதும் உணராதோ என்று தோன்றுகிறது

இப்போது மெய்யியல் என்றால் என்ன? மனிதன் கூட்டமாக வாழ ஒரு பிம்பம் தேவைப்படுகிறது. அந்த பிம்பம் தன் குடியைக் கட்டமைத்தது, தனக்கென்று ஒரு சாப்பாட்டு முறை, வழிபாடு, பானம், அணிகலன், ஆயுதம், குறியீடுகள், தொழில், கல்வி, இறுதியாக ஒரு நாயகன், தங்களுடைய சுக துக்கங்களை படையல் போட்டு பகிர்ந்து கொள்ள ஒரு துணைவன், பிரபஞ்சத்தின்

ஒரு துகளாக நம்மை இரட்சிக்க வந்த கடவுளின் துளி, பிற்பாடு நாம் திட்டுவதற்கும் நன்றி சொல்வதற்கும் ஒரு கல், நம்மைப் பிரதிபலிப்பதற்கான ஒரு கண்ணாடி (OKOK !)

அப்படியாக தமிழர் குடி மெய்யியலில் கொற்றவை மைந்தனாக, தமிழர் குலசாமியாக, ஆதித் தமிழனாக வந்தவன் தான் பழனியாண்டவன், உங்களுக்கு வேறு கருத்துக்கள் இருக்கலாம், அதை அப்படியே வைத்துக் கொண்டு அதன் மீதான பிம்பங்களைக் கட்டமையுங்கள், யார் கண்டார்கள் ஒரு புதிய மெய்யியல் கோட்பாட்டைக் கூட உருவாக்க முடியலாம்.

என்னுடைய புரிதலை மட்டும் தருகிறேன், ஒரு விதை மரமாகும், மரமான பின் அதில் விதையில்லை தானே? புதிய விதைகள் அதன் கனிகளுக்குள் இருக்கலாம், ஆனால் அந்த மரத்தை உருவாக்கிய விதை அந்த மரத்தில் இல்லை தானே?

விதையாக இருக்கும் போது மரம் அங்கு இல்லை, மரமான பின் விதை அங்கு இல்லை, இது தான் ஒன்று மற்றொன்றாகும் இயற்கை இயங்கியல், இதைத் தான் 'காயமே இது பொய்யடா, வெறும் காற்றடைத்த பொய்யடா' என்றான் தமிழன்.

குழந்தை, விடலை, குமரம், இளமை, இடை நிலை, மத்தியம், தளர்வு, முதுமை என்று எட்டுப் பருவங்களை ஒவ்வொரு மனிதனும் கடந்து மரணம் என்னும் பேருண்மையை அடைய வேண்டும். வாழ்வின் எல்லா வளமும் வாய்க்கும் முதல் நிலையான மூன்றாவது பருவ நிலையில் (முதல் இரண்டு பருவங்களும் விவரம் தெரியாத வயது) குமரனாக நின்று என்றும் இளமையாக இருக்க முடியாத பேருண்மையை, உடனடியாக நாம் செயல் பட வேண்டிய கட்டாயத்தை, நம் இயங்கியலை உணர்த்தும் தத்துவமாக நிற்கிறான் எம்பெருமான்.

நேற்று என்பது செல்லாக்காசு, நாளை என்பது கனவு, இன்று மட்டும் தான் கையிருப்பு, இன்று என்கிற பேருண்மையை மனதில் கொள்ளுங்கள், செயல் படத் துவங்குங்கள், சிறகை விரியுங்கள்

வானம் காத்திருக்கிறது.

◆

34 - கடவுளும் கந்தசாமியும்

ஒவ்வொரு பயணமும் நாம் எடுத்து வைக்கும் முதல் அடியிலிருந்து துவங்குகிறது. பாத யாத்திரைப் பயணங்களும் அப்படித் தான்! பழனி என்று இல்லை, வைத்தீசுவரன் கோயில், காசி என்று சிவகங்கை மற்றும் புதுக்கோட்டை மாவட்டத்துக்காரர்கள் கிளம்பி விடுவார்கள்; வேளாங்கன்னிக்கும் திருப்பதிக்கும் சென்னையிலிருந்து கிளம்பி விடுவார்கள். அவர்களுக்கு இருக்கும் வைராக்கியத்தைப் பற்றி நான் அடிக்கடி நினைத்துப் பார்ப்பதுண்டு.

எதற்காக இவ்வளவு அழுத்தத்தைத் தாங்கிக் கொள்கிறார்கள் என்று, நடக்கும் போது தான் தெரிகிறது - வாழ்வின் வலிகளை விட இந்த வலிகள் பெரியதாக இல்லை என்பது. அதே போல, போக வேண்டிய தூரத்தை நினைத்துக் கொண்டே இருந்தால் பத்தாது; இறங்கி முதல் அடியை எடுத்து வைக்க வேண்டும்.

தோல்வி கற்றுக்கொடுக்கும் பாடங்கள் அலாதியானவை, மழை நாளொன்றில் அப்படியான தோல்விகளை அசைபோட்டபடி நடை பயணத்தில் உதித்த ஒரு தத்துவம் தான் நம்முடைய செயல்கள் பற்றிய பார்வை.

இறை பற்றி மெல்லத் தெளிவு வந்து, மீண்டும் குழம்பத் துவங்கியது. எதிர்காலம், பூர்வ ஜென்மம், கர்மா, கடவுள், சடங்குகள், சாங்கியங்கள் இதோ இந்த நடை பயணம் இவை எல்லாம் உண்மையில் நம்மைக் கடத்துமா, இவ்வளவு பேரின் கனவுகளையும் உண்மையில் கடவுள் கேட்டு அத்தனை வேண்டுதல் களையும் நிறைவேற்றுவாரா, உண்மையில் கடவுள் இருக்கிறாரா, அல்லது தற்செயல் நிகழ்வுகளா?

எப்படி கெட்டவர்களுக்கு நினைப்பது நடக்கின்றன, நல்லவர்களுக்குக் கேட்டது கிடைக்கவில்லை, அப்படியானால் நாம் செய்ய வேண்டியது என்ன, நாம் நல்லவர்களாக இருக்க வேண்டுமா அல்லது கெட்டவர்களாகவா, நாம் நடக்க வேண்டும் என்று நினைப்பவை எல்லாம் நல்லவையா கெட்டவையா? நாம் நல்லது என்று நினைப்பது மற்றவர்களுக்கும் நல்லதா, இல்லை கெட்டதா? உண்மையில் இந்த உலகத்துக்கான நல்லது எது?

நம்முடைய கடவுள் தான் உண்மையான கடவுள் என்றால், வேற்று மதத்தவருக்கு எப்படி கேட்டது கிடைக்கிறது? அப்படி அவருடைய கடவுள் தான் உண்மை என்றால், பிறிதொரு மதத்தினர் பெரும் பணக்காரராக ஆரோக்கிய செல்வந்தராக வலம் வருவது எப்படி?

முதலில் கடவுள் என்பது பற்றி ஒரு தெளிவு வந்த தினம் அன்று. தூணிலும் துரும்பிலும் நம்மிலும் எதிரிலும் இருக்கும் இந்தப் பிரபஞ்சம் தான் கடவுள், எங்கெங்கு காணினும் இயற்கையாக, செயற்கையிலும் இயற்கையாக வியாபித்திருக்கின்றன-இறைவனின் துகள்கள். நம் அடிமனத்தில் என்னென்ன நினைக்கிறோமோ அத்தனையையும் நிறைவேற்றக் காத்திருக்கும் இந்த உலகத்தின் அதிர்வுகள் தான் இறைவன்!

சடங்குகளும் சாங்கியங்களும் விபூதிகளும் பட்டைகளும் திருமண்ணும் பர்தாவும் சிலுவைகளும் டாலர்களும் வெறும் நம் கவனக் குவிக்குப்புக்கான குறியீடுகள் தானே தவிர மத அடையாளங் களோ, உட்டாலக்கடிகளோ அல்ல. நாம் நெறி தவறிப் போய் விடக் கூடாது என்று முன்னோர்கள் வகுத்த நன்னெறி வித்தைகள் அவை!

கனவு - எண்ணம் – செயல் (ஆசை-திசை-விசை) இந்த முக்கோண வியல் தத்துவத்தையே சுற்றி சுற்றி வருகிறேன். பறக்க நான் கற்றுக் கொண்ட வித்தையும் அது தான்.

◆

35 - கனவு

கனவு - எண்ணம் - செயல் இந்த முக்கோணவியல் தத்துவத்தைக் கொஞ்சம் பிரித்துப் பார்க்கலாம்.

தூங்கும் போது வரும் கனவுகள் என்பது, ஒருவர் தூங்கும் பொழுது அவரது தூங்காத பொழுதுகளில் மனத்தில் எழும் மனப் படிமங்கள், காட்சிகள், ஓசைகள், உணர்வுகள், நிகழ்வுகளைக் குறிக்கிறது. அதன் மூலமாக அவருடைய எண்ணப் பார்வை தான் கனவுகளாக வரலாம், ஒருவர் கனவு காணும் பொழுது அவரது கண்களின் அசைவுகள் கனவு காணப்படுவதாக அவதானிக்கப்படுகிறது.

கனவு என்றால் என்ன என்பது தொடர்பாக ஒரு முழுமையான அறிவியல் புரிதல் இன்னும் இல்லை. மூளையில் உள்ள நினைவுக் குறிப்புகளை ஒன்றோடு ஒன்று தொடர்புபடுத்தும் செயல்பாட்டின் விளைவாக இருக்கலாம் என்றும் கருதப்படுகிறது.

இதை சொப்பனம் என்றும் சொற்பனம் என்றும் பண்டைய தமிழர்கள் சொல்கிறார்கள், இது தானாக நடக்கின்ற நிகழ்வு!

நான் சொல்ல வருவது பகற்கனவு, தெரிந்தே காணும் கனவு.

நம் எண்ணப் படிமங்களில் நடக்கின்ற ஏக்கங்கள் அதன் ஊடாக நாம் அந்த இடத்துக்குப் (ஊர்கள்) போய்விட்டோம், அந்த இடத்தைப் (பதவிகள்) பிடித்து விட்டோம், அந்த இடத்தை (பொருட்கள்) அடைந்து விட்டோம் என்று மூன்றையும் கனவு காணுதல் தான் பிற்பாடு நம்முடைய சாதனைகளாக மாறுகிறது என்று சொல்கிறது உளவியல். இதை கனவு வெளிப்பாட்டின் கோட்பாடு என்று அறுதியிட்டுச் சொல்கிறது (Theory of Manifestation)

ஒரு கனவு தான் காண வேண்டுமா, இல்லை எத்தனை கனவுகள் வேண்டுமானாலும் காணலாமா என்றால், இந்த உலகத்தில் சாப்பாட்டைத் தவிர 'போதும்' என்று சொல்லக் கூடியது ஒன்றுமே இல்லை.

சரி, நான் பணக்காரனாக வேண்டும் என்று கனவு காண்கிறேன், நல்ல ஆரோக்கியமான உடல் பெற வேண்டும் என்று நினைக்கிறேன், இசை மேதையாக வேண்டும் என்று நினைக்கிறேன், உலக நாடுகள் அத்தனைக்கும் பயணப்படவேண்டும் என்று நினைக்கிறேன், மகன் மகளோடு ஓர் ஆனந்த வாழ்வு வாழ வேண்டும் என்று நினைக்கிறேன், நான் என்ன செய்ய வேண்டும்?

முதலில் இந்த ஐந்து கனவுகளையும் எழுதி வைத்துக் கொள்ள வேண்டும், இதை Vision Board "கனவுப் பலகை" என்று அழைக்கின்றனர்.

சரி, அந்தக் கனவுகளை எழுதி வைத்துக் கொண்டு என்ன செய்வது? பறக்கலாம்.

◆

36 - சிட்டுக் குருவி

சிட்டுக் குருவிகள் அழகானவை தானே, ஆங்கிலத்தில் இதற்கு வீட்டுக் குருவி என்று பெயர் (House Sparrow), சங்க இலக்கியங்கள் மனையுறைப் பறவை என்றும் மனையுறைக் குருவி என்றும் குறிப்பிடுகின்றன. ஏனெனில் சிட்டுக்குருவி மனிதக் குடியிருப்புடன் வலுவாகத் தொடர்புடையது, புறநானூற்றுக் காலங்களிலேயே குரீஇ என்று அழைக்கப்பட்ட பழமையான சிறு பறவை.

பாஸ்ஸர் இனத்தின் மிகச்சிறியது இந்தப் பறவை. இன்று அழிந்து கொண்டிருப்பதாக பன்னாட்டு இயற்கைப் பாதுகாப்புச் சங்கத்தின் செம்பட்டியலில் இடம் பெற்றுள்ள குறும்பறவை.

ஏன் பறக்க வேண்டும் என்ற என்னுடைய கேள்விக்கு இருப்பதிலேயே சிறிய சிட்டுக்குருவியைப் பதிலாகக் கொண்டேன். தன்னுடைய இரையைப் பறந்து தேடக்கூடிய இச்சிறிய பறவை கூட நம்மை விட உயரம் போகக்கூடியது தானே. மண்ணை விட்டு மண்ணுக்கும் ஆகாயத்துக்குமான இடைவெளியைக் களமாகக் கொண்டவை பறவைகள்.

வாழ்தலை முப்பரிமாண வாழ்விடங்களோடு இணைத்தால் நமக்குப் புரியும்.

இருத்தல் என்பது வாழ்வில் சீவித்திருப்பது, இருத்தல் என்பது ஒரு பரிமாண சிந்தனை (Single Dimension)!

நடத்தல் என்பது மற்றவர்களை விட முன்னேறிச் செல்வது, ஓடுதல் என்பது சக பயணர்களிடமிருந்தும் முன்னேறிச் செல்வது!

நடத்தலும் ஓடுதலும் இரு பரிமாண சிந்தனை (Two Dimension)

பறத்தல் என்பது இருபரிமாண வாழ்விடங்களை விட்டு விலகி முப்பரிமாண சிந்தனைகள் *(Three Dimension)* நோக்கிச் செல்வது

உழைப்பு, சிந்தனை, ஆற்றல் இவை மூன்றும் நம்மைப் பிறரிடமிருந்து வித்தியாசப் படுத்திக் காட்டுபவை. இரு பரிமாண வாழ்தலிலிருந்து முப்பரிமாண வாழ்வியலுக்கு நம்மைக் கடத்திச்செல்ல வல்லவை இந்த மூன்றும்.

ஏன் நாம் தனித்திருக்க வேண்டும், மற்றவர்களை விட வித்தியாசமாக இருக்க வேண்டும் என்றால் அதுதான் இந்த உயிரின் நோக்கம்! ஒவ்வொரு மனிதனுக்கும் ஏன் விரல் ரேகைகள் தனித்துவமாக இருக்கின்றன, விழித்திரை மேகங்கள் வித்தியாசப் படுகின்றன - அது போல நம் ஒவ்வொரு உயிரின் மூலமாக ஒரு சாதனையை நிகழ்த்த இந்த இயற்கை நிர்ணயித்திருக்கிறது. அந்தக் கடமையை நிறைவேற்ற நாம் வித்தியாசப்பட்டு நமக்குள் இருக்கும் தனித்தன்மையைக் கண்டுபிடித்து பறக்க வேண்டும். பறத்தல் என்பது நாம் பிறரிடம் இருந்து வித்தியாசப்படுவது தான்!

உட்கார்ந்த இடத்தில் ஞானம் பெற்றாரே புத்தர் என்றால், அவர் புத்தர்! வான்மீகர் வழிவந்த நாம் ஞானத்தை பறவைபோலப் பறந்து தேடித் தான் அடைய வேண்டும்.

நமக்குள் இருக்கும் நம்மைக் கட்டவிழ்த்து விட வேண்டிய நேரம் வந்து விட்டது; பறக்கத் தயாராகுங்கள்!

◆

37 - நான்

உயர்வுக்கு நம்மை நாம் நம்புதல் மிக முக்கியம் என்பதையும், அது பறத்தலின் அரிச்சுவடி என்றும் கண்டு கொண்டோம். இனி நம்மைப் பற்றிய ஆத்திச்சூடியைப் படிக்க வேண்டியது தான். நான்- அதை ஆங்கிலத்தில் Ego என்று சொல்வார்கள்.

'அந்த ஈகோ என்பது இருக்கக் கூடாது', சுயத்தை மறந்தால் வாழ்வில் வெற்றி பெறலாம், என்றெல்லாம் வகுப்பெடுப்பவர்களை எனக்கு சுத்தமாகப் பிடிக்காது. ஈகோ இல்லாத மனிதர்கள் வெறும் வெஜிடபிள் என்பேன்.

சுயம்பு என்கிற வார்த்தை எனக்கு ரொம்பப் பிடிக்கும், சைவன் என்பதால் அல்ல, மனிதர்கள் ஒவ்வொருவரும் தனித்தன்மை உடையவர்கள் என்று நினைக்கிற, சக மனிதனை நேசிக்கிற, சக மனிதன் ஒவ்வொருவனும் முன்னேற வேண்டும் என்று ஆசைப்படுகிற, மனித குலத்தில் தமிழன் தன் பாரம்பரியத்தையும் தொன்மையையும் நிரூபித்திட விரும்பும் ஒரு மனிதன் என்பதால் சுயம்பு என்னும் வார்த்தையை 'நான்' நேசிக்கிறேன், ஏனெனில் நான் என்பதே சுயம்பு தான்!

மதத்தைக் கடந்து யோசித்துப் பார்த்தால் சுயம்புலிங்கத்தின் கோட்பாடு கூட "கட உள்" என்கிற கட்டமைப்பு தான், சுயமாக எழுந்து நில் என்கிற தன்னம்பிக்கைக் கோட்பாடு தான், நான் என்கிற ஈகோவின் குறியீடு தான்.

வரலாறு தெரியாமல் பயிர்கள் வளராது, அப்படி தன்னுடைய இயல்பை விதையில் தாங்கித் தான் பயிர்கள் விளைகின்றன. அப்படி நாமும் நம் சுயத்தைத் தாங்கித் தான் பூமிக்கு வருகிறோம்,

பின் வளர் சூழல் காரணமாக அதை எல்லாம் மறந்து சூழ்நிலைக் கைதிகளாகி சதா சர்வ நேரமும் நம் மண்டைக்குள் இயங்கும் ஒரு உரையாடலோடு உறவாடி அது சொல்வதைக் கேட்டு இயக்கத் துவங்குகிறோம், அல்லது எடுப்பார் கைப்பிள்ளையாகி சுய புத்தி இல்லாமல் எடுத்தவர் கைப்பாவைக்கூத்தாகிறோம்.

இவை எல்லாவற்றையும் கைவிட்டு விட்டு, எப்படி சிந்திப்பது, நாம் விதையில் தாங்கி வந்த இயல்புகளோடு எப்படி சுயமாவது, அப்புறம் அந்த இலக்குகளை எவ்வாறு கனவு காண்பது, பின் அதை அடைய எவ்வாறு திட்டமிடுவது, எப்படிச் செயல்படுவது?

அதற்கு முதலில் நம்மை நாம் நம்ப வேண்டும்; அதற்கும் முன்னால் நம்மை நாம் தெரிந்து கொள்ள வேண்டும்.

நான் என்பது நாமல்ல, அது மூன்று கட்டமைப்பை உடையது என்கிறார் உளவியலின் தந்தை சிக்மண்ட் ஃப்ராய்ட்.

அந்த மூன்று - அது, அகம், அதியகம்

அது - நான் என்னும், சுய சிந்தனை இல்லாத, ஆசைகளால் கட்டமைக்க உடல்.

அகம் - Ego என்னும் சுயத்தை மகிழ்விக்கும், அதற்காக உழைக்கும், அதே சமயம் உடலுக்கும் ஆழ்மனத்துக்கும் இடையே இருக்கும் தகவல் தொழில் நுட்பம்.

அதி அகம் - Super Ego - நம் மரபணுக்கள் மற்றும் தனித்தன்மை பற்றிய குறியாக்கம் (Encoded Genes and its infrastructure)

எளிதாகப் புரிந்து கொள்ள

'அது' என்பது திடப்பொருள் (Solid),

'அகம்' என்பது திரவப்பொருள் (Liquid),

'அதியகம்' என்பது வாயு (Gas)

இந்த மூன்றும் சேர்ந்தது தான் 'நான்' என்னும் இந்தக் கட்டமைப்பு.

◆

38 - குழு

வெற்றிப் படிக்கட்டுகள் எல்லோருக்கும் எளிதில் வாய்க்காது.

தோல்வியைக் கொண்டாடுவதைப் போல் என்னால் வெற்றியைக் கொண்டாட முடியாது, வெற்றி ‘சட்’டென்று ஒரு பொறுப்புணர்வை நமக்குள் செலுத்தி அந்தக் கொண்டாட்டங்களைத் தட்டிப் பறித்து விடும். அப்புறம் கர்வம் மெல்ல நம்மைக் கவ்வி சுயத்தை அழித்து விடும். அகம் பிரம்மாஸ்மி என்று போன அத்தியாயத்தில் சொன்ன தத்துவங்கள் எல்லாம் பொடிப் பொடியாய்ப் போய் விடும். செஞ்சுட்டேன் பாத்தியா என்று மனம் செருக்கோடு அலையும். உண்மையான ஈகோ இதுவல்ல, இது அகந்தை.

சரி, வெற்றி என்றால் என்ன? நினைத்தை அடைதலா, தோல்வியின் எதிர்ப்பதமா, இலக்கை அடைதலா? ஒருவருக்கு வெற்றி என்பது மற்றவருக்கு துச்சம், வெற்றி என்பது நம்பிக்கை சார்ந்தது! ஒரு மாணவனுக்கு தேர்வில் தேர்ச்சி பெறுவதே வெற்றி, இன்னொரு மாணவனுக்கு வகுப்பில் முதலாக வர வேண்டும், வேறொருவனுக்கு பள்ளியில், வேறு சிலருக்கு, மாவட்டத்தில், மாகாணத்தில், மாநிலத்தில், தேசத்தில்.

ஒவ்வொருவருக்கும் வெற்றி என்பது வேறு வேறு என்றால், அதை அடைய வேண்டிய சுமையாக சிலுவை மாதிரி தூக்கிக் கொண்டு ஏன் அலைகிறோம்?

பலதரப்பட்ட சூழ்நிலைகளிலும் நம்முடைய இருப்பைப் பதிவு செய்யாவிட்டால் நமக்குத் தூக்கம் வருவதில்லை. குழுவில் நாம் மட்டும் எப்படியாவது தனித்துத் தெரிந்து விட வேண்டும் என்கிற பிரயாசை, அதுவும் குழுத் தலைவராக இருந்து விட்டால்

பொறுப்பு என்கிற பெயரில் மற்றவர்களைப் பந்தாட முடியும். உண்மையில் அந்தக் குழுவை வெற்றி பெற வைப்பதில் தான் வெற்றி அடங்கியிருக்கிறது. இதுவும் கூட உங்களுக்கு வெற்றியாகத் தெரிய வேண்டியதில்லை.

ஆனால் பலதரப்பட்ட மனிதர்கள் அடங்கிய குழுவை, அவர்களுடைய தேவைகளைப் பூர்த்தி செய்து அவர்களுக்கு இலக்குகளை அடையாளம் காட்டி, அவர்களுடைய மனவளம் பேணி, கைப் பிடித்து அழைத்துப் போய் வெற்றிப் பீடத்தில் உட்கார வைப்பதில் நிச்சயம் ஒரு ருசி இருக்கிறது. ஆனால் உண்மையில் அந்தக் குழு உறுப்பினர்கள் ஒவ்வொருவரும் தான் உங்களை அழைத்துச் செல்கின்றனர் என்பது வெற்றி பெற்ற பின் தான் தெரியும் - அதுவும் அந்த வெற்றியைப் பின்னோக்கிப் பார்த்தால், அதுவும் இழக்க வாய்ப்பிருந்த 'திக் திக்' தருணங்களை அசை போட முடிந்தால்; தனியே மராத்தான் ஓடி வெற்றி பெறுவது போரடிக்கும்; குழுவாகப் பயணிக்கும் கால்பந்து ஆட்டம் தான் என் தேர்வு!

உங்களுடையது?

◆

39 - விமானம்

உங்கள் முதல் விமானப் பயணம் ஞாபகம் இருக்கிறதா?

அது ஒரு மகானுபவம். பயணங்களே சுகமானவை தானே, நம்முடைய உடல் இயக்கங்கள் நிறுத்தப்பட்டு மன ஓட்டங்கள் மட்டும் அனுமதிக்கப்படும் இந்தப் பயணங்கள். மெல்ல நம் மனம் அசைபோடத் துவங்கும், அசட்டையான நிகழ்வுகளில் துவங்கி, வெற்றி - தோல்விகளை ஆராய்ந்து, சண்டை சச்சரவுகளில் நம் பக்க நியாயங்களை வாதாடி, இப்படி செய்திருக்கலாம், அப்படி செய்திருக்கலாம் என்று முடிந்த வேதனைகளை சாதனைகளாக்கியிருக்கலாமோ என்று அங்கலாய்த்து, விட்டுப் போன காதல்களைத் தொடரச் செய்து, வாய்ப்பே இல்லாத காதல்களை வசியப்படுத்தி, பிடித்த எதிர்பாலினரை மையல் கொண்டு, பிடிக்காத மனிதர்களைத் தண்டித்து, பிடித்த மனிதர்களை உயர்த்தி, புதிய கற்பிதங்களை உருவாக்கி, அதன் மூலம் ஓர் அந்தரங்க சொர்க்கத்தை செதுக்கி, அதற்குள் மன்னனாக வாழும் கனவுகள் எல்லாம் சாத்தியமாக்கும் பயணங்கள் உண்மையில் ஒரு தியானம்!

மெல்ல அந்தத் தியானம் நம்மை ஆட்கொண்டு நம்மை நித்திரையில் ஆழ்த்தி விடும். பெரும்பாலான மனிதர்கள் பயணங்களில் தூங்குவதற்கு இந்தத் தியானம் தான் காரணம். சிலர் கடந்து போகும் இயற்கையை இரசித்துக் கொண்டே தியானத்தில் இருக்கும் போது விடை தெரியாத சந்தர்ப்பங்களுக்கான தீர்வு 'சட்'டென்று கிடைத்து விட அவர்களின் மெல்லிய புன்னகையில் புத்தரைக் காணலாம்.

தரை வழிப் பயணங்களே இப்படியெனில் ஆகாயப் பயணம் எப்படி இருக்கும்?

விமான நிலையம், விமான ஓட்டிகள், விமானப் பணிப்பெண்கள் என்று அது ஒரு புதிய உலகம்.

பாதுகாப்பு நடவடிக்கைகளை பணிப்பெண் சொல்லும் போது உண்மையிலேயே விமானம் வெடித்து, நாம் ஜாக்கெட்டை மாட்டிக் கொண்டு ஆகாய வெளியில் குதிப்பது போல் தோன்றும், திரும்ப வீட்டுக்குப் போய் விடுவோமா என்று ஏக்கமாக இருக்கும், மெல்ல ஓட்டப்பாதையில் விமானம் ஓடும் போது இதயம் தந்தியடிக்கத் துவங்கி, தரையை விட்டு மெல்ல வெட்டவெளியில் விமானம் ஏறும் போது நம் இரத்த ஓட்டமும் ஏறி 'தடதட' வென்று முழங்கத் தொடங்கும், எல்லா மதமும் நம் மதமாகி எல்லா சாமியையும் வேண்டிக்கொண்டு குலசாமிக்குக் கூடுதல் மொய் எழுதி, ஜாஸ் இசையில் மனம் தாறுமாறாக தடம் மாறி, ஆகாயத்தில் விமானம் நிலை கொள்ளும் போது ஓர் அனுபவம் வரும் பாருங்கள், இந்த உலகத்தை வெற்றி கொண்டதைப் போல ஒரு இறுமாப்பு வருமே ...

அது தான் பறத்தலின் இதம்!

◆

40 - நண்பர்கள்

கணக்குப் பாடத்திலும் வேதியியல் பாடத்திலும் கலவை சூத்திரம் (Combination Formula) என்று சமன்பாடு உண்டு. எண்ணிக்கையைச் கணக்கிடுவதற்கான அடிப்படை கொள்கையாக கணக்கிலும், சேர்க்கையால் உருமாறும் தாது உப்புகளாக வேதியியலிலும் நாம் படித்திருக்கிறோம்.

இந்தச் சூத்திரங்கள் நட்பிலும் பூப்பதைப் பார்த்திருக்கிறீர்களா? சில நண்பர்கள் வெறுப்பேற்றுவர், சிலர் சிலாகிப்பர், சிலர் அழைத்துக் கொண்டே இருப்பர், சிலர் அழைக்காமலே நட்பு பாராட்டுவர், எந்த மனிதருடனும் இருப்பதை விரும்பினால் தான் அவர் நண்பர். சிலருடன் சேர்ந்தால் வெற்றி தானாய் வரும்; சிலருடன் அவ்வளவு சரியாய் வராது, கருத்து வேறுபாடுகள் முட்டிக் கொண்டு வரும்; சிலருடன் இயல்பாய் இருக்க முடியும், சிலருடன் முறையாகத் (Formal) தான் பழக முடியும், சிலருடன் உரிமை எடுத்துக் கொள்ள முடியும், வேறு சிலருடன் இடைவெளி பாராட்ட வேண்டும், சிலருடன் சேர்ந்தால் வானத்தை வில்லாக வளைத்து விடலாம் (deadly Combination) அப்படியான நண்பர்களுக்குள் ஈகோ இருக்காது. முக நூல், கூகுள், ஆப்பிள் என்று பல நிறுவனங்கள் இரண்டு நண்பர்களுக்குள் இருந்த இந்தக் கலவை சூத்திரத்தில் வளர்ந்தவை தான்.

இது எப்படியாகவும் இல்லாமல் சில நண்பர்கள் கூட இருந்தாலே மகிழ்ச்சி தொற்றிக் கொண்டு விடும்; சில நண்பர்களை நினைத்தாலே மகிழ்ச்சி பீறிட்டெழும். அப்படி ஒரு நண்பர் எனக்கு வாய்த்தார். தூங்கி எழுந்து பற்பசையை வாயில் வைப்பதற்குள் நான்கு ஜோக் சொல்லி விடுவார். சந்தித்த மனிதர்களை வைத்தே,

அவர்களின் பழக்க வழக்கத்தை வைத்தே இயல்பாக நகைச்சுவை பழகுவார். ஒரு நகைச்சுவையை அடுத்த முறை பயன்படுத்தவே மாட்டார்.

வாழ்க்கையை அதிகம் கடினமாக்கிக் கொள்ளாமல், என்னைப் போல் இதைச் செய்ய வேண்டும். அதைச் செய்ய வேண்டும் என்று சிக்கலாக்கிக் கொள்ளாமல், அதன் இயல்பில் வாழ்வது என்பது ஒரு கலை. அதையும் இயல்பாகச் செய்யக் கூடிய மனிதர் அவர்.

அப்படி ஒரு நண்பர் இல்லையென்றால் மாலத்தீவுகள் அவ்வளவு ருசித்திருக்காது. என்னுடைய எல்லா வெளி நாட்டுப் பயணங்களிலும் முக்கால்வாசி உடன் இருந்தவர். அவர் இல்லாத பயணங்களில் வேலையை வேகமாக முடித்து விட்டு திரும்பி விடுவேன். ஒன்று வேலை மட்டுமே கவனத்தில் இருப்பதால், இன்னொன்று பொழுது போக்கு இல்லாமல் போரடிப்பதால்.

எளிமையான இந்த நண்பர்கள் தான் வாழ்க்கை ஓட்டப்பந்தயத்தில் அசுவாச மைல்கற்கள்!

ஆங்கிலத்தில் *Audit Points* என்று சொல்வார்கள், நம் இறக்கத்தின் போது நம்மைக் கீழே விழாமல் காப்பாற்றும் விழுமியங்கள்,

வேலை எவ்வளவு முக்கியமோ அவ்வளவு முக்கியம் நண்பர்கள். 'உலகமே உன்னை இரசிக்க வேண்டுமானால் உன் நண்பனோடு இரு' என்று ஒரு கவிதை படித்த ஞாபகம், நண்பர்களையும் நட்பையும் உங்களைச் சுற்றி வைத்துக் கொள்ளுங்கள்!

அது உங்கள் வெற்றிக்கான அரண்!

◆

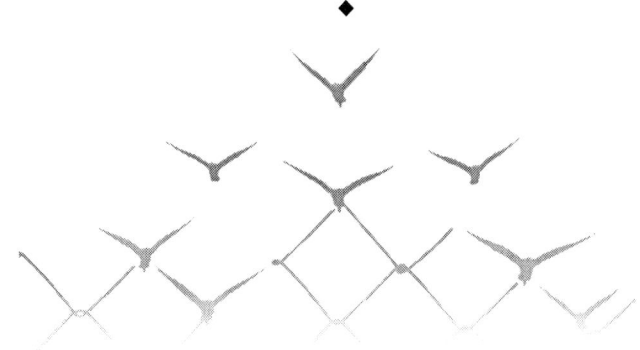

41 - ஸீ ரஃப்

அவசரமாக இந்தியாவுக்குத் திரும்ப வேண்டிய கட்டாயம், மீண்டும் ஒரு வாரத்தில் திரும்ப வேண்டும், குழு நண்பர்களை விட்டு விட்டுத் தனியான பயணம். தலை நகர் மாலே சென்று அங்கிருந்து விமானம் மூலம் திருச்சி. அவசரம் என்பதால் ஒரு ஃபெர்ரி எனப்படும் மத்தியதரப் படகில் நானும் மாலுமியும் மட்டும் குரேடுவிலிருந்து தலை நகர் மாலே வந்து அங்கிருந்து விமானம் மூலம் இந்தியா பயணம் செய்ய வேண்டும். பொதுவாக இது போன்ற பயணங்கள் அதிகம் ஞாபகம் இருக்காது.

ஆனால் நீங்கள் மட்டும் தனியாக ஒரு பெரிய படகில் ராசா மாதிரி பயணம் செய்தால் கண்டிப்பாக ஞாபகம் இருக்கும்.

கரையைத் தாண்டி வந்த பிறகு என்னைச் சுற்றிக் கடல், என்ன கத்தினாலும் யாரும் வரமுடியாத தனிமை, மாலுமியோ என்னை விட வயது குறைந்த பொடியன். மெல்ல நடந்து அந்தப் படகை அறிந்து கொள்ள முற்பட்டேன், ஆர்வமாகச் சொல்லிக் கொடுத்தார்.

பாலஸ்ட் என்னும் கோப்பை வடிவிலான படகின் நிலைத் தன்மையைக் கையாளக்கூடிய பெட்டி உள்ள பெரிய படகு அது என்றார். அந்தப் படகின் ஷெல் இரும்பு மற்றும் மரத் தாலானது. டெக் என்னும் மேலே நின்று கடலை ஆராயக்கூடிய அறை உள்ள படகு, க்ளீட், ப்ரொப்பல்லர் என்று புரியாத மொழி பேசி இறுதியில் காக்பிட் எனப்படும் தனது ஓட்டுநர் அறைக்கு இட்டுச் சென்றார்.

அங்கு தான் இயந்திரப் படகை இயக்கும் சூட்சுமங்கள் நிறைந்திருந்தன. க்ளீட், காக்பிட், காலரி, டி டாப், வி பர்த் என்று என்னென்னமோ சொன்னார்; சிலது இருக்கும் என்றார்; சிலது இருக்காது என்றார். எல்லாவற்றையும் கற்றுத் தேற வேண்டிய

தேவையில்லை என்று அப்போது புரிந்தது. தமிழன் எல்லாவற்றுக்கும் பழமொழி வைத்திருப்பான் - கற்றது கைமண் அளவு...

மெல்லத் தூறத் துவங்கியது. நானோ மழை ரசிகன், திறந்த பெரிய படகு, பட்டப் பகல், ஆனாலும் 'நிலா அது வானத்து மேலே' என்று பாட வேண்டும் போல் இருந்தது, சை..., குயிலி இல்லையே...

தூறல் மழை வேகம் பிடித்தது, வெள்ளை வானம் கருக்கத் தொடங்கியது, சிறு அலைகள் மெல்ல பிரமிட்கள் போல் ஆங்காங்கே குமிழத் துவங்கியது, அந்தப் பிரமிடுகள் மேல் படகு செல்லும் போது ஆடத் துவங்கின. மெல்லப் பயம் என்னும் பந்து அடிவயிற்றில் உருளுவது போல் தோன்றியது. இரவு போல இருள் சூழ்ந்தது. மனதில் இருக்கும் பயம் அறிவுக்குக் கடத்தப் படுவதற்குள் காக்பிட்டுக்குள் நுழைந்தேன். என்ன தம்பி இது? என்றேன்.

எப்போதும் அசட்டுச் சிரி முகம், கலவர பூமியின் மொத்த உருவமாக இருந்தது, '*Sea Rough*' ண்ணா என்றான். கூகுள் டிரான்ஸ் லேட்டர்கள் இல்லாத காரணத்தால் உடனடி மொழித் தேவைக்கு அவனையே (ர்-ன்) கேட்டேன், 'கடல் கொந்தளிப்பு' என்றான். கடலோடு நாங்களும் கூடவே படகும் குதியாட்டம் போட்டோம்.

'இது என்ன செய்யும்?' என்றேன். 'படகையே திருப்பிப் போட்டாலும் போடும், பயப்படாதீர்கள்' என்று உயிர்க் கவசம் கொடுத்தான். இளமையின் உச்சம், அதைப் போட்டுக் கொண்டு படகின் விளிம்பில் உட்கார்ந்து பார்த்தேன். கைப்பிடி பிடிக்காமல் இருந்தால் அதோ கதி தான். படகின் தளத்தில் இருந்து மூன்று அடி தூக்கிப் போட்டு 'லபக்' கென்று பிடித்தது படகு. எங்கு நின்றாலும் தூக்கித் தூக்கிப் போட்டுப் பிடித்தது படகு. ஆட்டத்தின் வன்மையைச் சொல்ல வேண்டுமென்றால் எங்களைக் குளிக்க வைத்தது கடல்.

தெப்பலாக நனைந்து, மெல்ல நகர்ந்து (தவழ்ந்து) அவனுடைய கேபினுக்குள் அடைக்கலம் புகுந்தேன், கொஞ்சம் மயக்கமாக இருந்தது.

குலசாமி தான் காப்பாற்றியிருக்க வேண்டும் அல்லது கடலம்மா அல்லது ஊமைப் பெண், தலை நகர் மாலே தூரத்தில் தெரிந்த போது ஸீ ரஃப் அடங்கியிருந்தது. மாமியாரைப் பார்த்த மருமகள் போல் சிறிய அலைகளின் கையசைப்போடு அமைதியாய் இருந்தது கடல். உயிர் வந்தது.

ஒன்றுமே நடக்காதது மாதிரி கரையில் இறங்கினோம், வரேண்ணா என்று அவன் சிரித்த சிரிப்பு ஒரு ஸ்மார்ட் கார்டு போல் என் சட்டைப் பையில் இன்னும் பத்திரமாக இருக்கிறது. எல்லா நிகழ்வுகளும் நமக்குப் புத்தி புகட்டித் தான் ஆக வேண்டுமென்பதில்லை. சிலது அனுபவப் பகிர்வுக்கான ஊள்ளடக்கமாகவும் இருக்கலாம்.

பறத்தலில் இதெல்லாம் சாதாரணமப்பா...

◆

42 - கடல்

'ஆழி சூழ் உலகம் எல்லாம் பரதனே நீ ஆள' என்றாள் கைகேயி கம்பராமாயணத்தில்,

'ஆழி சூழ் உலகு' என்று தமிழரின் தொன்மக் குடிகளான பரதவர்களைப் பற்றி எழுதினார் ஜோ டி குரூஸ். எல்லோருக்குமே நிலப்பரப்பை விட நிலப்பரப்பை ஆளும் கடல் மேல் தான் காதலே

அப்படி என்ன இருக்கிறது கடலில்...

எல்லாச் சாலைகளும் கடலில் துவங்கி கடலிலேயே முடியும் என்பார் புளியமரத்தின் கதையில் சுந்தர ராமசாமி. அதில் புகழ் பற்றி லேசாகத் தொட்டுவிட்டுப் போவார். அவ்வளவு இரசனையாக இருக்கும், உண்மை தானே என்று தோன்றும்,

ஆனால் வானம், கடல், நிலா போல புகழ் பெற்ற வேறு இடங்கள் மண்ணில் இருக்கின்றனவா, என்ன?

மாலத்தீவுகளில் வெள்ளைக்காரர்கள், கடல் பார்த்த தங்கள் குடிலின் வாசலில் உட்கார்ந்து கொண்டு கடலை மணிக்கணக்கில் பார்த்துக் கொண்டிருப்பர், இந்தியப் பொறியாளர்களுக்கும் அதே மாதிரியான குடில் கிடைத்ததால் நானும் ஒரு நாள் கடல் பார்க்கத் துவங்கினேன்

முதலில் போரடிப்பது போல் தோன்றியது, மெல்ல ஒரு மயக்கம், நான் மெல்ல கடற்கரையில் நடப்பது போல் உணர்ந்தேன், காலை நனைக்கும் நீரில் நின்று பார்த்தேன், மெல்ல நீந்தினேன், தத்தளித்தேன், பிராணவாயுவுக்காகப் பிரயாசைப்பட்டேன், மூழ்கினேன், மெல்ல ஓர் அமைதி வந்தது. வாழ்தலுக்கான ஓட்டம் மெல்லக் குறைந்து வாழ்தல் என்பது என்னவென்று தெளிவு பிறக்கத் துவங்கியது.

நான் தோல்வியடைந்த இடங்கள் எல்லாம் ஒவ்வொன்றாய் நினைவில் வந்தது, ஒன்றுமே பெரிய கவலையாகத் தெரியவில்லை. நான் அவற்றைக் கடந்து வெகு தூரம் வந்து விட்டேன்.

ஆம் நண்பர்களே, நேற்று நாம் தோற்றுப் போன எத்தனையோ நிகழ்வுகளை நினைத்துப் பார்த்தால் அவையெல்லாமே அர்த்தமற்ற தோல்விகளாக எதிரிகளின் பயனில்லாத வெற்றிகளாகத் தோன்றும். இன்று நாம் தோற்கும் காரணிகள் கூட பத்து ஆண்டுகளுக்குப் பின் நமக்கு சிரிப்பை வரவழைக்கும்.

ஆனால் அதற்கு நாம் ஓடிக் கொண்டே இருக்க வேண்டும். பழைய தோல்விகளால் தாக்கப்பட்டு நாம் விழுந்தே கிடந்தால், இன்றைய நாளில் நாம் தேங்கிப் போயிருப்போம். வெற்றியோ தோல்வியோ நாம் ஓடிக் கொண்டே இருக்க வேண்டும், இது ஓயாத அலைகள் சொன்ன பாடம், மெல்ல என் வெற்றி தோல்விகளை எல்லாம் கடலிடம் ஒப்புக் கொடுத்தேன். கடல் அழகாய் தெரிந்தது

புகழை நோக்கி சதா சர்வ காலமும் பயணித்துக் கொண்டிருக்கும் மனித இனத்திற்கு புகழ் பற்றிய ஒரு புரிதலைக் கொடுப்பது கடல். அள்ள அள்ள செல்வத்தைக் கொடுத்துக் கொண்டே இருக்கிறது கடல், சில நேரம் சீற்றமடைகிறது, பெரும்பாலும் அமைதி, இரவில் மெல்லிய ஆர்ப்பரிப்பு, ஓயாத அலைகள், அலுக்கவே அலுக்காதா இந்தக் கடலுக்கு ஒரே மாதிரியான சுழற்சியில் இயங்கிக் கொண்டே இருக்கிறதே என்றால், அது தான் அதன் தொழில் அதன் ஓட்டம்!

தன் தொழிலில் தொடர்ந்து ஒரே மாதிரி இயங்கிக் கொண்டிருந்தால் போதும் நமக்கும் அழியாப் புகழ் வந்து சேரும். இது நான் கடலைப் பார்த்துக் கற்றுக் கொண்ட பாடம்.

கடலைப் பார்த்தல் ஒரு தியானம்!

◆

43 - கையறு நிலை

கையறு நிலையைப் பற்றிக் கேள்விப்பட்டிருக்கிறீர்களா?

தேவைக்குப் பணம் இல்லாமல் தவிப்பது ஒரு கையறு நிலை என்றால் சாய்வதற்குத் தோள் இல்லாமல் நிற்பது இன்னொரு கையறு நிலை, உதவிக்கு ஆள் இல்லாமல் அலைவது மற்றுமொரு கையறு நிலை, படித்தது மறந்தது போய் வெற்றுக் காகிதமாய் உலா வருவது இன்னொரு கையறு நிலை!

எனக்கும் அது போன்ற நிகழ்வு!

மாலத்தீவுகளின் தலை நகர் மாலேவில் கடற்கரையைப் பார்த்தாற் போல் ஒரு ஐந்து நட்சத்திர விடுதி. அதில் கணினிகளை நிறுவி மென்பொருள் இட்டுப் பயன்பாட்டுக்குக் கொண்டு வர வேண்டும். கணினிகளுக்குள்ளான வலைப்பின்னல் உருவாக்கி ஒவ்வொரு கணினிக்கும் இணைய நெறிமுறை முகவரி (*IP Address*) கொடுத்துப் பின் எல்லாவற்றையும் ஒரு நேர்கோட்டில் ஒன்றோடொன்று தொடர்பு கொள்ளுமாறு பணிக்க வேண்டும். எல்லாம் செய்தாகி விட்டது. ஆனால் முகவரி பொருத்தமில்லாத இணையர் போல கோபித்துக் கொண்டு இணைய மாட்டாமல் நிற்கின்றன எல்லாக் கணினிகளும்.

மாலை நான்கு மணிக்குத் தொடங்கிய கணக்கு, எண்ணற்ற காப்பிகளும் தேநீரும் உட்கொண்டாகிவிட்டது, நடப்பதாகத் தெரியவில்லை. என்னென்னவோ செய்து பார்த்தாகி விட்டது, ஒன்றும் நடக்கவில்லை, உதவி செய்து கொண்டிருந்த இந்திய நண்பர்கள் ஒவ்வொருவராகத் தூங்கி விட்டனர். ஒப்பந்தம் வாங்கித் தந்த நண்பர் சிரித்தார். 'உண்மையிலேயே பொறியாளர் தானா நீ' என்று மட்டும் தான் கேட்கவில்லை.

நாத்திகனானாலும் வேண்டாத தெய்வமில்லை, வேண்டுதல்களும் கூடிக்கொண்டே போயிற்று. விடை மட்டும் கிடைக்கவில்லை; பயமும் அழுகையும் பற்றிக் கொண்டு வந்தது, அடிவயிற்றில் ஒரு பந்து அடைத்துக் கொண்டது போல் தோன்றியது, தலைக்குள் எதுவும் வேலை செய்யவில்லை, இதோடு ஒப்பந்தம் முடியப்போகிறது. ஒப்பந்த சரத்துகளின் படி, தண்டமாக பல நூறு அமெரிக்க டாலர்கள் கையை விட்டுப் போகப் போகின்றன, இதுவரை சம்பாதித்த பணம் அனைத்தும் தொலைந்து நடுவீதியில் நிற்கப் போகிறேன்.

நேரம் நடு நிசி இரண்டைத் தாண்டியது, நம்பிக்கைகள் மெல்ல நீர்த்துப் போயின. ஒரு நிமிடம் கண்களை மூடினேன், 'குலசாமி காப்பாத்துப்பா' என்றேன், அதுவரை பெரிய ஆத்திக சமாச்சாரங்களால் பாதிக்கப்படாத வயது, திராவிட வளர்ப்பு வேறு, பல்வேறு எண்ண ஓட்டங்களை நிறுத்தி 'வாங்க கடற்கரையில் ஒரு வாக் போயிட்டு வரலாம்' என்றார் நண்பர். கடல் காற்று வழியே குலசாமி வந்தாரா என்று தெரியாது, ஆனால் வலைப்பின்னலின் அடிப்படைகளை மீண்டும் ஒரு முறை சரிபார்க்கலாம் என்ற அறிவு வந்தது.

விடுதிக்குத் திரும்பி கணினிகளைச் சொடுக்கி ஒவ்வொரு அடிப்படையாக சரிசெய்து கொண்டே வந்த பின் குறிப்பேட்டில் வைத்திருந்த ஐபி முகவரி இட்டு இணைத்தவுடன் வலைப்பின்னல் வேலை செய்தது, மென்பொருள் குழுவிடம் ஒப்படைத்து விட்டு அருந்திய காப்பியின் ருசி இன்னும் நினைவிலிருக்கிறது; நண்பரின் கைகுலுக்கலும்!

நம்பிக்கை என்பதற்கு உருவம் தான் வேண்டும் என்றில்லை, அது அடிப்படைகளை மதிக்கும் நல்லெண்ணமும், நம் எல்லைகளின் விளிம்பைக் கடக்க வேண்டிய விடாமுயற்சியும் என்கிற புரிதல் போதும்.

அதற்கு சாமி என்னும் பெயரும் பிம்பமும் இருப்பதில் தவறென்ன இருக்கிறது!

◆

44 - பொய்

Disclaimer: I am not responsible, If you follow this and end up in a mishap

பொறுப்புத் துறப்பு: இந்தக் கட்டுரையைப் படித்து அதனால் பொய் செல்லி மாட்டிக் கொண்டீர்கள் என்றால் அதற்கு நான் பொறுப்பில்லை.

'மெய் சொல்லிக் கெட்டவனும் இல்லை, பொய் சொல்லி வாழ்ந்தவனும் இல்லை' - இந்தப் பழமொழியைக் கேட்காதவர்கள் இருக்கவே முடியாது, அதன் கோட்பாடுகளின் படி வாழ்ந்து பயனடைந்தவர்களும் ஏராளம், ஆனால் நான் சொல்லப் போவது சற்றே முரணானது, ஒரு பொய்யைத் திரும்பத் திரும்பச் சொல்வதன் மூலம் அது உண்மையாகி விடும்.

பூமி தட்டையானது, ஆதவன் மேற்கில் உதிப்பான் என்றெல்லாம் சொல்லத் துவங்கினால் உங்கள் மதியைச் சந்தேகித்து விடுவார்கள், நான் சொல்வது இந்தப் பிரபஞ்சத்தைப் பற்றிய பொய்களை அல்ல, உங்களைப் பற்றிய பொய்கள்.

உண்மையில் நீங்கள் ஒரு சோம்பேறி என்றால் நான் சுறுசுறுப்பானவனென்று பொய் சொல்லுங்கள்; திரும்பத் திரும்பச் சொல்லுங்கள் ஒரு நாள் அது உண்மையாகும். இதை நான் சொல்லவில்லை, சிக்மண்ட் ஃப்ராய்ட் என்னும் உளவியலின் தந்தை சொல்கிறார்.

நான் நாலரை மணிக்கு எழுந்து விடுவேன் என்று தொன்னூறுகளில் சொல்லி இருந்தால் என் தாய் என்னை எதால் வேண்டுமானாலும் அடித்திருப்பார். ஏனென்றால் ஆதவனின் சுட்டெரிக்கும் வெயிலில் மட்டுமே எழுந்து பழக்கப்பட்டவன் நான். ஒன்பது மணிக்கு

முன்னால் நான் எழுவது என்பது வீட்டிலிருப்பவர்களுக்கும் பேராபத்து. தூக்கம் என்பது எனது பிறப்புரிமை என்று சொல்லிக் கொண்டிருந்த நான் இன்று ஐந்தரை மணி வரை தூங்கினேன் என்றால் யாரும் நம்ப மாட்டார்கள்.

அப்படி ஒரு காலத்தில் பொய்களின் கட்டமைப்பில், ஆதிக்கத்தில் தான் நான் வாழ்ந்தேன், ஆனால் இந்த உளவியல் பற்றிய எந்தப் புரிதலும் இல்லாமலேயே ஒரு விற்பனைப் பிரதிநிதி எப்படியேல்லாம் பொய் சொல்லி ஒரு பொருளை விற்பாரோ அப்படி என்னைப் பொய் சொல்லி விற்றுக் கொண்டிருந்தேன். உடனே விற்பனையாளர்கள் எல்லாம் பொய் சொல்லிகளா என்று கேட்காதீர்கள். செய்யாததைச் செய்யும் என்று சொல்லி அவர்கள் விற்கும் போது அதையெல்லாம் செய்து விடாதா என்கிற எதிர்பார்ப்பில் அவர்களின் வாழ்வியல் வலி அதனுள்ளே அடங்கி இருக்கிறது என்பதைப் புரிந்து கொள்ள நம்மில் எத்தனை பேருக்குத் தெரியும்!

நண்பர் சோமசுந்தரம், விற்பனையாளரின் ஆற்றல் மிக்கப் பேச்சுக்காகவே ஒரு பொருளை வாங்குவார். அது ஒரு ஆர்வம்! அந்தப் பொருள் தேவையே இல்லையென்றாலும் கூட, அவன் எப்படிப் பேசுகிறான் என்று பார், என்னுடைய தடைகளை எப்படி எதிர்கொள்கிறான் பார், என்னை எப்படி சமாதானப் படுத்துகிறான் பார், என்று விற்பனை உத்திகளைக் காதலிக்கத் துவங்கி விடுவார்!

செய்யாத சாதனைகளைச் செய்து விட்டேன் என்று சொல்வதன் மூலம் எனக்குக் கிடைக்கும் பேரானந்தத்தை உண்மைத் தன்மைக்காக நான் ஏன் இழக்க வேண்டும்! அது இந்த உலகம் என் மேல் திணித்த ‘சக அழுத்தம்’ *(peer Pressure)* அதை நான் ஒரு பொய் சொல்லி சமன்பாடு செய்து கொள்கிறேன்; என்றாவது ஒரு நாள் அது நிறைவேறும் என்று நம்புகிறேன். அதை ஆழ்மனத்தில் பதிக்கிறேன். அது நடந்து விடும் போது நான் உண்மையானவனாகிறேன், இதை ஒரு கோட்பாடாக ஜோஸஃப் மர்ஃபி முன் வைக்கிறார்

எனக்கு ஒரு காலத்தில் ‘லயர்’ *(Liar)* என்றே பெயர்; நடக்காததை எல்லாம் நடந்து விட்டது என்பேன், செய்யாததை எல்லாம் செய்து விட்டேன் என்பேன்; ஆழ்மனதில் அது நடந்து விட வேண்டும் என்று பிரபஞ்சத்திடம் வேண்டிக் கொண்டே இருப்பேன், அதை

நோக்கி முயன்று கொண்டே இருப்பேன், அதற்கான உழைப்பைப் போட்டுக் கொண்டே இருப்பேன், அது ஒரு நாள் நிச்சயம் நடந்து விடும்.

இதை இந்தக் காலத்தில் Theory of Manifestation, Vision Board Concept, Futuristic Thinking என்றெல்லாம் கூவிக் கூவி விற்கிறார்கள். மீண்டும் நினைவு வைத்துக் கொள்ளுங்கள் - இது எல்லாம் நீங்கள் சாதனை செய்ய வேண்டிய பொய்கள்.

எளிமையாக நான் ஒரு சாதனையாளன் என்று தினந்தோறும் சொல்லுங்கள், ஒரு நாள் நிச்சயம் நீங்களும் சாதனையாளராவீர்கள். நான் இன்றும் சொல்லிக் கொண்டிருக்கிறேன், என்றாவது ஒரு நாள் நானும்...

◆

45 - முத்திரை

'நான் ரொம்ப நல்லவன், ஆனால் என்னைக் கெட்டவனாகப் புரிந்து கொண்டு விட்டார்களே...' என்று என்றாவது நீங்கள் வருத்தப்பட்டதுண்டா?

நம் எல்லோருக்கும் ஏதாவது ஒரு காலக்கட்டத்தில் நம் மேல குத்தப்பட்ட முத்திரைகளைக் கடக்க வேண்டிய இது போன்ற ஒரு நிர்ப்பந்தம் உண்டு தானே, ஆனால வாழ்க்கை முழுவதும் தான் வேறு ஒரு நபராகக் கடக்க வேண்டிய கட்டாயம் இருந்தால் எப்படி இருக்கும்?

எங்களுடைய ஒப்பந்ததாரர் டிக் ஹாரிஸ் (பெயர் மாற்றப் பட்டுள்ளது) கொழும்பு வாசி, சிங்களர், கிறித்துவர், பச்சை நிற பேஜூரோவில் விமான நிலையத்திற்கே எங்களை அழைக்க வந்தார். அவ்வளவு படாடோபமான ஆனால் எண்ணங்களில் எளிமையான மனிதரை நான் இது வரை பார்க்கவில்லை. என் மனதுள் விரிந்த என்னைப்பற்றிய கற்பனையில் இது போன்றதொரு ஆளாகத் தான் என்னுடைய ஐம்பதுகளில் இருக்க வேண்டும் என்று படம் வரைந்து வைத்தேன்.

அவருடைய தொழிற்சாலை என்பது பதினைந்து ஏக்கருக்கு மேல் இருக்கும். மேலும் தோயிலைத் தோட்டங்களும், பண்ணை வீடுகளும், இங்கிலாந்து சொத்துகளும் என்று அவர் ஒரு கோடீசுவரர். தொழிற்சாலையின் ஒரு பக்கம் கொள்கலன் உருவாக்குத் தளம் *(Packaging)* இன்னொரு புறம் இறால் வளர்ப்புப் பண்ணை *(Shrimp Farming)* இந்த இரண்டையும் கணினி மயமாக்கப் புறப்பட்ட புயல் நாங்கள் *(!)*. அதைச் சுற்றிப் பார்க்கவே மூன்று நாட்கள் தேவைப்பட்டன, அதன் அன்றாட வேலைகள், தேவைகள்,

குழுக்களுக்குள் நடக்க வேண்டிய தகவல் பரிவர்த்தனை என்று இரண்டு வாரம் போனதே தெரியவில்லை. சொந்த ஊரை மறக்க வைக்கும் இயற்கை பூமி என்றால் அது கொழும்பு தா!

மெல்லப் பணிச்சுமை குறைந்து சமூகவியல் வெளிவந்தது. முதல் தானியக்கம் (*Automation*) வந்தவுடன் ஐந்து நட்சத்திர விடுதியில் ஒரு கொண்டாட்டத்துக்கு ஏற்பாடு செய்திருந்தார். முக்கியமாக எங்கள் இருவரை மட்டும் அவருடைய வீட்டுக்கு அழைத்திருந்தார். வீடு என்றால் அது தான் வீடு, தொன்னூறுகளில் அப்படி ஒரு வீட்டை நான் பார்த்ததே இல்லை. இப்படி ஒரு வீட்டை வைத்துக் கொண்டு இவர் ஏன் இப்படி மாடாய் உழைக்கிறார் என்று தோன்றும். வீட்டின் மாடியில் விருந்தினர் படுக்கையறையில் கொஞ்ச நேரம் இருந்தோம். எதிரே ஒரு சிவலிங்கப் படம் இருந்தது. கண்ணனும் முருகனும் விளையாடிக் கொண்டிருந்தார்கள். திருப்புகழ் புத்தகம் இருந்தது.

முத்திரை குத்தப்பட்ட முரண் புரிந்தது, இதைத் தான் *Split Identity* என்று சமூகவியல் சொல்கிறது. நாம் ஏன் ஒருவரைப் பார்த்தவுடன் அவர் இன்னார் தான் என்று தீர்ப்புக்கு வந்து விடுகிறோம்? அவர் யாராக இருக்க வேண்டும் என்பதை அவர் தானே முடிவு செய்ய வேண்டும், இயற்கையாகக் கட்டமைக்கப்பட்ட ஒரு மனிதனுக்கு செயற்கையான உள்ளீடுகளைக் கொடுத்து அவனை இயல்புக்கு மாறாக மாற்றி வைத்திருக்கிறோமோ என்று தோன்றுகிறது.

தேர்ந்தெடுத்து வாழ்வதை விட வரும் வாய்ப்புகளில் வாழ்ந்து கொண்டிருக்கிறோமோ (*Living by chance - Living by Choice*) எது சரி, எது தவறு?

தேர்வா வாய்ப்பா என்பதை இங்கே பேரினவாதம் முடிவு செய்ய முடியும். சமூக அழுத்தமும் கூட!

காரில் ஐந்து நட்சத்திர உணவு விடுதிக்குப் போகும்போது இந்த முரண்களைப் பற்றிப் பேசிக் கொண்டிருந்தோம். இந்தப் பிளவு அடையாளம் சிறுபான்மையினருக்கும் புலம் பெயர்ந்தவர்களுக்கும் இருக்கும் என்றார் அவர், பறவைகளுக்கு மட்டும் தான் தன்னுடைய கூடும் தான் பறக்கும் ஆகாயமும் இறங்கிக் குடிக்கும் நீரின் நிலமும் சொந்தம், ஏனென்றால் அது எதையுமே சொந்தம் கொண்டாடாது.

என்னால் ஒரு இந்தியா - ஸ்ரீலங்கா கிரிக்கெட் விளையாட்டைக் கூட நிம்மதியாக பொது வெளியில் பார்க்க முடியாது, இந்தியாவுக்கு ஆதரவாகக் கைதட்டினால் இன அடையாளம் வெளியே வரும், ஸ்ரீலங்காவுக்கு ஆதரவாகக் கைதட்டினால் இனத்துரோகியாகப் பார்க்கப்படுவோம்.

இரண்டுமே இல்லாமல் இருக்கலாம் என்றால் காய்கறி போல உப்புச் சப்பில்லாமல் ஆகிவிடுகிறது வாழ்க்கை. அர்த்தநாரீசுவரர் போல வாழும் இந்த வாழ்க்கையை வெறுக்கிறேன் என்றார். அவர் கண்கள் பனித்தன. ஆறுதல் சொல்லக் கூடிய அறிவுமுதிர்ச்சி அப்போது எங்களுக்கு இல்லை.

இதே போன்ற மன நிலை இந்தியாவில் இருக்கும் இசுலாமியர் களுக்கும் இருக்கக் கூடும். இதற்கான தீர்வு என்ன, இன்னும் இன்னும் குடி பெயர்தலா, அல்லது சொந்த நாட்டில் மட்டும் வாழ்வதா? யாதும் ஊரே க்கான அர்த்தம்தான் என்ன?

தேசத்தை நேசிப்பதா அல்லது இனத்தையா? முதலில் தேசம், பின் இனம் என்றால் இனத்துரோகி என்றும், முதலில் இனம் பின் தேசம் என்றால் தேசத்துரோகி என்றும் இந்தச் சமூகம் கட்டமைத்திருக்கும் விதிகள் யாரால் எழுதப்பட்டவை. அதைத் தூண்டிவிட்டு வேடிக்கை பார்க்கும் பேரினவாதிகளின் நோக்கம் என்ன?

சமீபத்தில் 800 படம் பார்த்தேன். இந்தச் சூழல் படம் நெடுகிலும் வந்து கொண்டிருந்தது. சாதனை தான் இதற்கான தீர்வு என்று எடுத்துக் கொண்டாலும் டிக் ஹாரிசின் நிலை இன்னும் பரிதாபத்துக்குரியதாகவே தோன்றுகிறது

தலைவர் இறந்த பின் இங்கிலாந்துக்குக் குடி பெயர்ந்து விட்டார்.

சொந்த தேசத்தில் அடையாளங்களைத் தொலைத்து வாழ்ந்த அவர், அடிமைப்படுத்திய தேசத்தில் தன் சொந்த அடையாளங்களோடு நிம்மதியாக இருப்பதாகச் சொன்னார், உங்கள் உண்மையான பெயர் என்ன என்றேன். ‘இரவீந்திரன்’ என்று சொன்னார்.

‘ஆமென்’ று சொன்னேன், ஆம் என்று சொல்லியது வாழ்க்கை.

◆

46 - பறத்தல்

ஏன் பறப்பது பற்றியே சிந்தித்துக் கொண்டிருக்கிறேன்?

உங்கள் எல்லோருக்குமே ஒரு முச்சந்தியில் நிற்கும் நிலைமை ஏற்பட்டிருக்கும். எந்த வழியில் செல்வது என்று, அல்லது எல்லா வழிகளும் முடப்பட்டிருக்கிறதே இனி எங்கு செல்வது என்று. முக்கியமாக பணப்பிரச்னைகளில் இப்படி உணர்ந்திருப்பீர்கள், இதை ஆங்கிலத்தில் 'Caught in the Cross Roads' என்பார்கள்.

எனக்கும் அப்படி ஒரு முச்சந்தி வந்த போது என்ன செய்வது என்று தெரியாமல் தான் இருந்தேன், உங்களுக்கு என்ன பிரச்சனை, நாடு நாடாக சுற்றிக் கொண்டிருந்தீர்கள் தானே என்றால், பணப்புழக்கச் சமன்பாடு தடுமாறும் போது இந்த முச்சந்தி அவசர கால நிலை எல்லோருக்கும் ஏற்படும், அது என்ன பணப்புழக்கச் சமன்பாடு என்கிறீர்களா? வரவு எட்டணா, செலவு பத்தணா என்பதுதான்! வரவு செலவுக் கணக்கை சரியாகக் கையாண்டால் ஆண்டியும் அரசனாகலாம், தவறாகக் கையாண்டால் அரசனும் போண்டியாகலாம்.

இதிலிருந்து வெளிவர நிறைய உத்திகளைக் கற்றுக் கொண்டேன். இன்னும் கற்றுக் கொண்டே இருக்கிறேன்; உங்களுக்கும் சொல்கிறேன்.

அதற்கு முன்னால் நீங்கள் நிற்கும் முச்சந்தியில் இருந்து உயரே பறந்து இருக்கின்ற எல்லாப் பாதைகளையும் ஆராய முடியுமானால் இருப்பதிலேயே பிரமாதமான பாதையை உங்களால் தேர்ந்தெடுக்க முடியும் தானே? பாதை தெரிந்து விட்டால் பறந்து விடுவீர்கள் தானே? இப்போது சொல்லுங்கள் பறப்பதும் சுகம் தானே?

பறவைப் பார்வை என்று ஒரு கூற்று மேலாண்மையில் உண்டு. எல்லா வேலைகளையும் செய்து விட்டு, வெற்றி பெற நாம் பணித்த எல்லா வேலைகளும் நன்றாக நடைபெறுகின்றனவா என்று மேலிருந்து பார்க்க வேண்டும் என்பார் என் மேலாண்மை குரு. முதல் முதலில் இந்தப் பறவைப் பார்வை பற்றி அவர் சொல்லித் தான் தெரிந்து கொண்டேன்.

மதுரை தியாகராசா மேலாண்மைப் பள்ளியில் முதுகலை மேலாண்மை பயில விண்ணப்பித்துக் காத்திருந்த போது நேர்முகத் தேர்வில் தான் அவரை முதன் முதலில் பார்த்தேன். மேலே இருந்து ஆளுமை செலுத்துதல் தான் மேலாண்மை. ஆனால் கீழே எல்லாப் பணிகளையும் சரியாகப் பணித்து விட்டு ஒரு பிரமிட் போல மெல்ல மெல்ல மேலே போக வேண்டும் என்பார்.

அவர் சொல்லித் தந்த இன்னொரு பாடம் தொடர் கற்றல்

அண்ணாமலைப் பல்கலைக் கழகத்தைத் தாண்டி நான் பறக்கக் கற்றுக் கொண்ட இன்னொரு இடம் அது தான். அன்றிலிருந்து பறக்கத் துவங்கி விட்டேன், இல்லை சிறகுகள் சேகரிக்கத் துவங்கி விட்டேன், கட்டாயம் ஒரு நாள் பறப்பேன்.

நீங்களும் தான்!

◆

47 - பறவை

பறவை என்றால் என்ன? 'இறக்கைகள் கொண்ட இருகாலி'யைப் பறவை என்று சொல்வோம், மனிதரின் விரலிடுக்கில் (9mm ல்) சிக்கி விடும் 'தாரிச்சிட்டு' என்னும் மிகச்சிறிய பறவை துவங்கி 9 அடி உயரமுள்ளை ஈமூ (தீக்கோழி) வரை பல்வேறு பறவைகள் உண்டு - இப்புவியில். 18 கிலோ எடையுள்ள பறக்கும் கானமயிலும், மிக வேகமாகப் பறக்கக் கூடிய 'அலையும் வல்லூறு'களும் கூட பறவைகளில் உண்டு.

விலங்கியலில் (Zoology) ஒரு பிரிவு பறவையியல். அதை ஆங்கிலத்தில் Ornithology ஆர்னித்தாலஜி என்பார்கள். (ஆர்னி என்றால் கிரேக்கத்தில் பறவை என்று பொருள்). பறக்கக் கற்றுக் கொள்வதற்கு முன் பறவைகளைப் பற்றித் தெரிந்து கொள்வது அதை விட முக்கியம் தானே?

'அக்கா குருவி' முதல் 'கருங்கோட்டுக் கதிர்க்குருவி' வரை எண்பதற்கும் மேற்பட்ட பறவை இனங்களும். ஆயிரக்கணக்கான பறவைகளும் கொண்ட பிரிவு தான் பறவையியல்.

பறவைகளுக்கு எது முக்கியம்? சிறகுகள், கண்கள், காதுகள், மூளை, அலகு.

சிறகுகள்: பறக்கப் பயன்படும் இந்தச் சிறகுகள் தான் முதலாவது, மெல்லிய இறக்கைகளால் கட்டமைக்கப்பட்ட இந்தச் சிறகுகள் எடை குறைவான, ஆனால் வலுவான பறப்பதற்கேற்ற 'ஏரோடைனமிக்' மேற்பரப்பைப் பறவைகளுக்கு அளிக்கிறது. பறக்கும் போது சிறகுகள் இடையே சிறு சிறு காற்றுப் பொட்டலங்கள் ஏற்பட்டு மிக வெப்பம், குளிர் ஆகியவற்றிலிருந்து பறவைகளைக் காக்கிறது.

உடலுக்கும் இறக்கைகளுக்கும் இடையேயான தசை நார்கள் மிக மிக வலுவானவை; கிட்டத்தட்ட எலும்பு போன்ற வலு மிக்கவை. பறக்க எத்தனிக்கும் போது சுருங்கி இருக்கும் இறக்கைகள் விரிந்து தட்டையாகி, காற்றை வெட்டி பின்னால் தள்ளுகின்றன. அப்போது உடல் பாரம் காற்றின் எடையாகக் குறைந்து மெல்ல புவி ஈர்ப்பு விசையை எதிர்த்து மேல் நோக்கிக் கிளம்புகிறது.

மேலெழும்பிய பிறகு தட்டையாக இருக்கும் இறக்கைகளினால் பறவை பறக்கும் திசையில் காற்று அதைச் சுற்றி எளிதாகப் பாய்கிறது (உங்கள் கை, தண்ணீர் அல்லது காற்றை வெட்டுவது போல). எனவே ஒரு பறவைச் சிறகு காற்றில் முன்னோக்கி சாய்ந்து கீழே இருந்து மேலே தள்ளப்படுகிறது; நிகர முடிவு ஒரு பறக்கும் பறவை, காற்று இல்லாமல் கூட பறக்க முடியும்,

அவற்றின் இறக்கைகளின் எடையை எதிர்க்கும் சக்தி. போதுமான ஏரோடைனமிக் விசை மற்றும் காற்றழுத்தம் இருந்தால், ஒரு பறவை காற்றில் பறக்க முடியும் - காற்று இல்லாமல் கூட, 37000 அடி உயரத்தில் கூட, நீண்ட காலத்திற்கு.

வாழ்க்கையின் பல்வேறு பகுதிகளில் நீங்கள் கற்றுக் கொண்ட பாடம் - மனிதர்கள், மாண்புகள், நிகழ்வுகள் தான் உங்களுடைய சிறகுகள். பல்வேறு சிக்கலான தருணங்களில் இந்தப் பாடங்கள் தான் அந்த இறக்கைகளுக்கு நடுவே இருக்கக்கூடிய காற்றுப் பொட்டலங்கள், அவை தான் உங்களைக் கீழே விழாமலும் தட்பவெப்ப நிலையில் உங்கள் தன்மை கெடாமலும் தடுக்கக்கூடிய தணிக்கைப் புள்ளிகள் *(Audit points)*.

கண்கள்: பறவைகள் பெரும்பாலும் கூரிய பார்வை உடையன. இரையை, எவ்வளவு உயரத்தில் இருந்தும் பார்த்து விடும் திறன் பறவையின் கண்களுக்கு உண்டு. தொலைதூரத்தில் இருக்கும் இரையைக் கண்டுபிடிக்க 180 டிகிரி கோணத்தில் பார்க்கக் கூடிய வசதி படைத்தவை பறவையின் கண்கள்.

ஒரு கண்ணுக்கு மூன்று இமைகள் இருக்கும். மேல் இமை மனிதர்களின் கண் இமையைப் போன்றது. கீழ் இமை தூங்கும் போது மட்டும் மூடிக் கொள்ளும். இது தவிர, பக்கவாட்டில் அலகின் அருகிலிருந்து துவங்கும் ஒரு மெலிதான தோல் உண்டு.

இது ஒளி ஊடுருவக்கூடிய தோல், கண்களை ஈரப்படுத்தவும், காற்று, மற்றும் அதிக வெளிச்சத்திலிருந்து காக்கவும் உதவுகிறது.

காது: பறவைக்கு காது மிக முக்கியமானது. ஆனால் முழுவதும் உள்புறமாகவே அமைந்துள்ளது. கண்ணுக்குச் சற்று கீழே சிறிய துளை இருக்கும். பெரும்பாலும் சிறிய இறகுகளால் மூடப்பட்டிருக்கும். பறவைகளுக்கு காது ஒலியைக் கேட்பதற்காக மட்டுமல்லாமல் பறக்கும் போது ஈடான உடல் நிலைக்காகவும் தேவைப்படுகிறது.

மூளை: பறவைகளின் மூளை பலவிதங்களில் முழுமை பெற்றது. பறக்கும் போது விமானத்தைப் போல உடலில் அனைத்து இயக்கங்களின் ஒருங்கிணைப்பு, உள்ளுணர்வு, உடனடியாக உணர்ந்து கொண்டு திசை மாறுதல் போன்றவற்றைச் செயல்படுத்துகிறது. பறவைகளின் அறிவுத் திறனும் வியப்பூட்டுமாறு சிறப்பாக உள்ளது. மனித மூளையில் உள்ள சிந்திக்கும் பகுதியான பெருமூளைப் புறணி (Cereberal Cortex) பறவைகளில் மிகப் பின்னடைந்த நிலையிலேயே உள்ளது. ஆனால் மாந்தர்களுக்கும், பிற பாலூட்டிகளுக்கும் இல்லாத மீயடுக்கு மூளை (Hyperstriatum) என்னும் ஒரு பகுதி பறவைகளில் மூளையில் உள்ளது. பொதுவாக அறிவுத்திறனுக்கு உதவுவதாகக் கருதும் பெருமூளைப் புறணிக்கு மாறாக பறவைகளில் இந்த மீயடுக்கு மூளை இத்திறமைக்கு உறைவிடமாக இருக்கக்கூடும் எனக் கருதுகின்றனர். ஏனெனில், அறிவுத்திறம் கொண்டதாகக் கருதப்படும் பறவைகளில் இப்பகுதி பெரிதாக இருக்கின்றது. இந்தப் பகுதியே பாடும் பறவைகள் பாட்டுக்களைக் கற்றுக் கொள்ள உதவுகிறது. பறவைகளின் அறிவுத்திறனுக்கும் இதுவே காரணமாக இருக்கலாமென்று அறிவியலாளர்கள் கருதுகிறார்கள்.

அலகு: பறவைகளின் உணவுமுறைக்கேற்ப அலகுகள் அமைந்துள்ளன. வானம்பாடி போன்ற மலர்களில் தேன் குடிக்கும் பறவைகளுக்கு நீண்ட நுண்ணிய அலகு. கழுகு, ஆந்தை போன்ற ஊன்தின்னிப் பறவைகளுக்கு சதையைப் பிய்த்து உண்ண ஏற்ற உறுதியான கூர் அலகு. மீன்களை உண்டு வாழும் வாத்து போன்ற பறவைகளுக்கு வழுக்கவல்ல, இரையை பிடித்துக் கொள்ள வாகான ரம்பம் போன்ற விளிம்புடைய அலகு. பழக்கொட்டைகளை

உடைக்க உறுதியான அலகு, மரங்கொத்திப் பறவைக்கு உளி போன்ற உறுதியும் கூர்மையும் கொண்ட அலகு.

பறவைகள் - நீங்கள்
கண்கள் - இலக்குகள் *(Goals)*
காது - கற்றல் *(Learnings)*
மூளை - பகுத்தறியும் திறன், மூலோபாயம் *(Strategy)*
அலகு - வெற்றியை ருசிக்கும் திறன் *(Accomplishment)*
இனி பறப்போமா?

◆

48 - இலக்கு

இலக்கில்லாத பயணம் வெறும் நேர விரயம் தான். குறிக்கோள் இல்லாத வாழ்க்கை வெறும் ரசனையில்லாத வெற்று சினிமா, தொலை நோக்கு இல்லாத செயல்கள் எல்லாம் கறி இல்லாத சோறு போல சுவாரசியமில்லாத சாப்பாடு!

ஏன் என்ற கேள்விக்கு விடை கிடைத்து விட்டது. முதலில் இலக்குகளை நிர்ணயித்துக் கொள்ளுங்கள், எதில் இலக்குகளை நிர்ணயிக்க வேண்டும், எப்படி, எவ்வளவு, என்று அடுத்தடுத்து உங்களுக்குக் கேள்விகள் வரும்.

எதில் - ஐந்து பகுதிகள் மனிதருக்கு முக்கியம், உடல், மனம், நிதி சேர்ப்பு, சமூகத் தொடர்பு, ஆன்மீகம், இந்த ஐந்து பகுதிகளிலும் உங்கள் இலக்கைத் தீர்மானித்துக் கொள்ளுங்கள். உதாரணமாக, உங்களுக்கு இளப்பு நோய் இருந்தால் அதை அறவே ஒழித்துக் கட்டுவது உங்கள் இலக்காக இருக்கலாம். உங்களிடம் பொறாமை மற்றும் கோபம் அதிகமாக இருந்தால் அதை நிர்வகித்து எல்லோரையும் விரும்பும் மனப்போக்கை உருவாக்கிக்கொள்வதாக இருக்கலாம், மூன்று ஆண்டுகளுக்குள் வீடு கட்டப் பணம் சேர்ப்பதாக இருக்கலாம், உள் நோக்கு சிந்தனையாளனாக இருந்தால் பத்து நண்பர்களை உருவாக்கிக் கொள்வதாக இருக்கலாம், பகுத்தறிவாளனாக இருந்தால் ஏன் கடவுள் தேவை என்று தேடலாம் அல்லது மற்ற மதங்களின் சாரத்தைத் தேடலாம்.

இவை எல்லாவற்றையும் விட, உங்களுடைய சில கெட்ட பழக்கங்களை விட்டொழிக்க வேண்டும் என்றால் கூட அதையும் சேர்த்துக் கொள்ளலாம்.

எப்படி - ஒரு குறிப்பேட்டில் இந்த இலக்குகளை எழுதி வைக்கலாம், அல்லது ஒரு சிறிய தாளில் எழுதி சட்டைப்பையில் வைத்துக் கொண்டு தினமும் எடுத்துப் படிக்கலாம்.

எவ்வளவு - இதில் சில தேவையில்லை என்றால் விட்டு விடலாம், ஒன்றுக்கு மேற்பட்ட இலக்குகள் ஒரே துறையில் இருந்தாலும் சேர்த்துக் கொள்ளலாம்.

இலக்குகளை நிர்ணயிக்க, உங்களுக்கு உதவுவதற்காக நிறைய இணைய வழிப் புத்தகங்களும் சுய உதவி பதிவுகளும் காணக் கிடைக்கின்றன. பிறகு இதன் செயல் திட்டத்தைப் பார்க்கலாம்.

◆

49 - தடைகள்

வெற்றிகரமான பயணம் என்று எதுவுமே இல்லை!

வெற்றியாளர்கள் தோல்விகளைச் சந்தித்ததே இல்லை என்று நாம் நினைத்துக் கொள்கிறோம், அல்லது அவர்களின் வெற்றிகளை மட்டுமே நாம் பார்க்கிறோம்; அல்லது காட்டப்படுகின்றன. ஒவ்வொரு வெற்றியாளனுக்குப் பின்னாலும் பல தோல்விகள், அவமானங்கள், தடுப்பணைகள் ஊறிக்கிடக்கின்றன.

ஆனால் ஒன்று, அவற்றைத் தாண்டி ஏறி வந்தவன் தான் வெற்றியாளனாகிறான், தேங்கி நிற்பவன் சாட்சியாகிறான், ஊறித் திளைப்பவன் அடிமையாகிறான். கடந்து வரத் தெரிய வேண்டும், அதற்குத் தான் இலக்குகளும், கல்வியும், மூலோபாயமும்!

இலக்குகள் நிர்ணயித்துப் பயணப்படும் போது தடைகள் கண்டிப்பாக வரும். தோல்விகளும், இடையூறுகளும், பாதை வெட்டுக்களும் தடைகள் தான், முட்டுச் சந்து அல்ல என்பதை உணர வேண்டும்,

பயணம் துவங்கிய உடனே தடைகள் வந்தால் மகிழ்வுறுங்கள், தடைகள் என்பதே உங்களின் பறக்கும் தூரத்தை அதிகரிப்பதற்குத் தான்!

◆

50 - வித்தகம்

நமக்கு எல்லாம் தெரியும் என்று நினைத்துக் கொண்டிருக்கும் புத்திசாலிகள் தான் ஆகச் சிறந்த முட்டாள்கள். நானும் அப்படித் தான் வலம் வந்து கொண்டிருந்தேன். ஒரு விளையாட்டு வீரர், என் காலத்தில் மிகப் பெரிய பிரபலம். ஒரு தொடரை வெற்றி பெற வைத்ததே அவர் தான் என்று ஊடகங்கள் அவரைக் கொண்டாடின. அவரும் தன் வித்தகத்தைப் பறைசாற்றிக் கொண்டு பல மாதிரி பேட்டிகள் கொடுத்துக்கொண்டு சுற்றி வந்தார். ஒரு நடிகையின் அன்பு வேறு, இன்று உங்கள் பக்கத்தில் உட்கார்ந்து விளையாட்டுப் போட்டியைப் பார்த்தால் கூட உங்களுக்கு அடையாளம் தெரியாது.

சிறு வெற்றிகள் தரும் மமதை இருக்கிறதே அது தான் ஆகச் சிறந்த கேடி! நம்மை ஆட வைத்து ஆட்டி வைத்து ஆப்பு வைத்து விடும், பெரிய வெற்றி பெற்ற மனிதர்கள் கூட அடக்கமாக இருப்பதைப் பார்த்திருக்கிறேன், விட்டா இவன் கபில்தேவைக் கொண்டு வருவானே என்பீர்கள், தோனி கூட அப்படியான ஒரு மெல்லியல்பாளர் தான்!

ஒரு இரகசியமும் சொல்கிறேன், இந்த மண்ணில் எல்லா வெற்றிகளுமே சிறு வெற்றிகள் தான், மரணம் தான் ஆகச் சிறந்த வெற்றி, ஆகச் சிறந்த உண்மை!

உங்கள் மரணத்திற்கு எத்தனை பேர் வருகிறார்கள், எத்தனை பேர் அழுகிறார்கள், எத்தனை பேர் வருந்துகிறார்கள், எத்தனை பேர் நினைத்துப் பார்க்கிறார்கள் என்று யோசித்து அப்படியே ரிவர்ஸில் வாருங்கள்; இப்போது ஒவ்வொருவருடனும் டீல் பண்ணுங்கள், அவருடைய அன்பையும் உங்களுடைய வெற்றியையும் யாராலும்

தடுக்க இயலாது. எழுதுவது போல் அவ்வளவு எளிதான காரியம் அல்ல இது, நான் பின்பற்றுகிறேனா என்று என்னாலேயே சொல்ல முடியாது.

ஆனால் வெற்றியைப் பிடித்துக் கொண்டு தொங்கி நான் எவ்வளவு பெரிய ஆள் தெரியுமா என்று கொக்கரிப்பவர்கள் தான் இங்கு அதிகம். அதையும் விட ஒரு படி மேலே போய் பதவியில் இருந்து கொண்டு மற்றவர்களுக்குத் தண்ணி காட்டும் பிறவிகளுக்கு இன்னும் எவ்வளவு பரிதாபப்படுவது!

போகட்டும், அதற்காக வெற்றியை விட்டு விட முடியுமா? ஒவ்வொரு வெற்றியையும் ஒரு தணிக்கைப் புள்ளியாக *(Bench Mark)* மாற்றுங்கள், அல்லது அளவு கோலாக வையுங்கள், அதை தாண்டி ஒரு புள்ளி உயரமுடியுமானால் அது தான் உண்மையான வளர்ச்சி, சுறுக்கமாக

உங்களுக்குப் போட்டி வெளியே அல்ல, உங்களுக்குள் இருக்க வேண்டும்

◆

51 – பயம்

பயம் நல்லது...

என்னது, தொழில் செய்யச் சொல்லும் எல்லா விற்பன்னர்களும் பயப்படாமல் முதலீடுகளைக் கொட்ட வேண்டும், ரிஸ்க் எடுக்காமல் வெற்றி இல்லை, ஆபத்தில்லாமல் தொழில் செய்ய முடியாது, துணிவே துணை என்றெல்லாம் மந்திரிப்பார்கள்; அடுக்கடுக்காய் உதாரணங்களை அள்ளி வீசுவார்களே, நீங்கள் ஏன் இப்படிச் சொல்கிறீர்கள் என்றால்,

எல்லாவற்றையும் கனகச்சிதமாக எல்லோராலும் செய்து விட முடியாது என்றாலும் கூட, எல்லோராலும் சரியாகவும் செய்து முடிக்க முடியாது தானே. ஒவ்வொரு மனிதருக்கும் ஒரு பிரத்யேகத் திறமையிருக்கும். அதன் மூலம் இந்தப் பயத்தைப் போக்க முடிந்தால் துணிந்து இறங்கலாம், அல்லது, அந்தத் திறமை உடையவர்களை பணியில் அமர்த்திக் கொள்ளலாம், அல்லது அந்தப் பயத்தைக் கடந்து போக வேறு உத்திகளைப் பயன்படுத்தலாம்.

மொத்தத்தில், பயம் என்பது ஒரு பொறுப்புணர்ச்சி தான்; அளவு கடந்த பயம் தான் ஆபத்தானதே தவிர, பயம் உண்மையில் நல்லது.

மூன்று விதமான தொழில் முனைவர்கள் இருக்கிறார்கள்:

1. ஆபத்தைத் துணிந்து தொடுபவர்கள் (Risk Taker)
2. ஆபத்தைத் தவிர்ப்பவர்கள் (Risk Avert)
3. ஆபத்தின் இடர் மதிப்பீட்டாளர் (Risk Mitigator)

இதில் முதலாவதாக இருந்தால் ஆபத்துதவிகள் தேவைப்படும். இரண்டாவதைத் தொட்டால் நீங்கள் தொழில் செய்யவே முடியாது,

மூன்றாவதற்குத் தான் பயம் உதவி செய்யும். இன்றைய தொழில் பயிற்சியாளர்கள் பரிந்துரைப்பதும் அது தான்!

எண்ணித் துணிக கருமம் (வள்ளுவம் என்றும் துணை நிற்கும்)! ஆபத்தின், இடர்களின் வீரியத்தை அளவிட்டுப் பின் அதற்கான முன்னெச்சரிக்கை நடவடிக்கைகளை எடுத்து விட்டுத் தொழில் செய்யத் துணிய வேண்டும்.

பொதுவாக பயம் என்பதன் கட்டமைப்பு என்னவென்றால்

1. கவலை
2. அச்சம்
3. பதற்றம்

கவலை என்னும் கட்டத்திலேயே அந்தக் கவலைகளைப் போக்குகின்ற தீர்வுகளைக் கண்டு கொண்டு விட்டால் அச்சமும் பதற்றமும் அறவே வராது. இதில் பயம் பழகாமல் ஒரு காரியத்தை எடுத்தால் அதில் தோல்வியுறுவதில் கூட பிரச்சினை இல்லை, அந்தத் தோல்வியின் அடி பலமாயிருக்கும், எழ நாளாகலாம். அதனால் தான் அச்சம் தவிர் என்றனர் பழந்தமிழ்க் குடியினர். கவலையிலேயே நம் ஆய்வுகளை மேற்கொண்டு அடுத்த கட்டத்துக்கு நகர வேண்டும்.

◆

52 - இரட்டை

இந்த உலகம் இரட்டைகளால் ஆனது. இருள்-ஒளி, பகல்-இரவு, ஆண்-பெண், என்று இன்னும் எத்தனையோ ஒன்றுக்கொன்று முரணான இரு துருவங்களை உள்ளடக்கி உருவானது தான் இந்த உலகம். அதே போல உள்மனம்-வெளிமனம், நேர்மறை-எதிர்மறை, செய்-செய்யாதே என்று நமக்குள் கூட இரட்டைகள் உண்டு. அதில் எதை நாம் தேர்ந்தெடுக்கிறோமோ அதன் போக்கில் நம் வாழ்க்கையின் பாதை மாறிக்கொண்டே போகும்.

யோசித்துப் பாருங்கள் - நமக்குள்ளும் இரண்டு ஆட்கள் இருக்கிறார்கள்; ஒவ்வொரு நிகழ்விலும் உங்களுக்கு முடிவெடுக்க இரண்டு தேர்வுகள் கிடைக்கும். அதில் எதை தேர்வு செய்கிறோமோ அதன் விளைவாகவே நம் வாழ்க்கை மாறிவிடும், உயர் பள்ளியில் நீங்கள் எடுக்கும் முடிவு தான் உங்களை அறிவியலை நோக்கியோ கலையை நோக்கியோ நகர்த்தும். அறிவியலை எடுத்து அந்தப் பள்ளிப் படிப்பை முடிக்கும் போது எடுக்கும் முடிவில் தான் நீங்கள் மருத்து வராகவோ, பொறியாளராகவோ, இல்லை இன்னும் தொழில்முறை விற்பன்னராகவோ மாறுகிறீர்கள். இறுதியில் அதே துறையில் விரிவுரையாளராகவோ, தேர்ந்த தொழிலதிபராகவோ, சுய தொழில் வித்தகராகவோ, பணி செய்பவராகவோ மாறுகிறீர்கள்.

ஒவ்வொரு மாற்றத்துக்கும் நீங்கள் எடுக்கும் முடிவுகளே காரணம். இல்லை எனக்கு மதிப்பெண் குறைவாக வாங்கிய காரணம் தான் என்னை இதை நோக்கித் தள்ளியது என்று கூறு வோர்கள் கவனத்திற்கு, உங்கள் உணவை யாரும் உங்களுக்குள் திணிக்க முடியாது; அதை சுயாதீனத்தோடு தான் உட்கொள்கிறீர்கள், அது போலத் தான் இதுவும், நீங்கள் உங்களை நம்பி முடிவெடுத்து

விட்டால் நீங்கள் அதுவாகத் தான் ஆக முடியும், அப்படி ஆகவில்லை என்றால் அதற்கான உழைப்பை நீங்கள் சரிவரச் செய்யவில்லை என்று தான் பொருள்.

உங்கள் கனவைத் தீர்க்கமாகக் காணவில்லை என்றால் மற்றவர்களின் கனவுகளுக்குத் தீனி போடும் வேலைக்குப் போக வேண்டியது தான், அதற்குத் தான் கனவுகளை தீர்க்கமாக காணுங்கள் என்கிறோம். அதன் மூலம் உங்களுக்கான இலக்குகளைத் தீர்மானிக்க வேண்டும். அதை விட மிக முக்கியம், உங்களுக்குள் இருக்கும் இரட்டையரில் எவனைத் தேர்ந்தெடுத்தால் அந்தக் கனவு நிறைவேறும் என்பதில் கவனமாக இருந்து அவனைத் தேர்ந்தெடுக்க வேண்டும்.

பின் வேலை எளிதாகி விடும். ஒவ்வொரு தோல்வியிலும் நம்முள் இருக்கும் நேர்மறையான மனிதனை அருகாமையில் வைத்துக் கொள்ள வேண்டும். அதே போல ஒவ்வொரு வெற்றியிலும் எதிர்மறையானவனை, விழும் போது எழு என்பவனைத் தட்டி எழுப்ப வேண்டும். அதிகமாய்க் கர்வப்படும் போது விழு என்பவனைச் சுரண்டி எழுப்ப வேண்டும், இலக்கு வெகுதூரம் இருக்கும் போது செய் என்பவனை துணைக்கு வைத்துக் கொள்ள வேண்டும். தவறான சிந்தனைகள் வரும் போது செய்யாதே என்பவன் நினைவுக்கு வர வேண்டும்.

இதை எப்படி கைகொள்வது என்றால் பின்னாளில் நீங்கள் உங்களைப் பார்த்து வெட்கப் பட வைக்கும் செயல்களுக்கு எதிர்மறை 'உங்களை'யும், பாராட்டக் கூடிய செயல்களுக்கு நேர்மறை 'உங்களை'யும் கொண்டு வந்து நிறுத்தினால் போதுமானது. உங்கள் வேலை எளிதாகிக் கொண்டே வந்து விடும்

உங்களை உங்களுக்குள் இருந்து மீட்டெடுப்பது தான் உலகின் மிகச் சிறந்த சுய முன்னேற்றம்.

◆

53 - இரட்டைக் குதிரை சவாரி

ஒரே நேரத்தில் ஒரு வேலையைச் செய்தல் (Single tasking), அல்லது பல வேலைகளைச் செய்தல் (Multi tasking) இதில் எது சரி?

இன்று வரை மேலாண்மை ஆய்வுலகம் இதற்கு ஒரு தீர்வு இருக்கிறதென்று சொல்லவில்லை. சுய முன்னேற்ற வழிகாட்டிகள் கூட இதில் பிரிந்து விடுகிறார்கள். சிலர் இதற்கு ஆதரவாகவும் சிலர் அதற்கு ஆதரவாகவும் தங்களுடைய ஆய்வுகளையும் தீர்வுகளையும் அடுக்கிக் கொண்டே போவர்.

விவிலியத்தில் இதற்கு எதிரான குரலாக மாத்யூ ஒலிக்கிறார், Do not serve two masters என்று.

ஒரு வேலை செய்தால் கவனக் குவிப்பு ஏற்படும்; ஆனால் எல்லா வேலைகளையும் செய்ய நேரம் அதிகம் தேவைப்படும், ஒரே நேரத்தில் பல வேலைகள் செய்தால் கவனக் குறைவு ஏற்படும், ஆனால் வேலைகள் துரிதமாக முடிந்து விடும்.

ஒரே நேரத்தில் பல வேலைகள் செய்வதில் நம்முடைய இரத்த அழுத்தம் வெகுவாகக் கூடும் என்று உளவியலாளர்கள் கூறுகிறார்கள். பல தொழில்கள் செய்தால் நம்முடைய நிதி நிலைமை கூடும் என்று பொருளாதார நிபுணர்கள் கூறுகிறார்கள், இதில் எதைச் செய்ய?

இதில் எது சரி? அப்படியே வாழ்வாதாரத்துக்கும் இரண்டு வேலைகள் செய்யலாமா, அல்லது இரண்டு மூன்று தொழில்கள் ஒரே நேரத்தில் செய்யலாமா என்றால் நிச்சயம் செய்யலாம். ஒரு வேலை இன்னொரு வேலையைப் பாதிக்காது என்றால், ஒரு தொழில் இன்னொரு தொழிலை ஊக்குவிக்கும் அல்லது வேண்டிய

வருவாயைப் பெற்றுத் தரும் என்றால் நிச்சயம் செய்யலாம், ஒரே நேரத்தில் பல வேலைகள் செய்வதற்கும் ஒரு கால அளவுக்குள் பல வேலைகள் செய்வதற்கும் நிறைய வேறுபாடுகள் உள்ளன.

அப்படித் தான் இன்று வரை பல தொழில்கள் செய்து வந்திருக்கிறேன், நிறையத் தோற்றிருக்கிறேன், கொஞ்சம் வெற்றியும் அடைந்திருக்கிறேன், தோற்றவை எல்லாம் என்னுடைய தனிப்பட்ட தோல்விகள் தானே தவிர சித்தாந்தத் தோல்வி அல்ல. இறால் வளர்ப்பு, பேபி ஆஃப்செட் பிரிண்டிங், பங்குச் சந்தையில் போர்ட்ஃபோலியா மேலாண்மை, இப்படி பல தொழில்களில் கால் பதித்து பின் கைசுட்டு வெளியே வந்திருக்கிறேன்.

அதற்கு முன்னால் உங்களுக்கு செய்குத் தம்பிப் பாவலரைத் தெரியுமா?

◆

54 - செய்குத் தம்பிப் பாவலர்

ஒரே நேரத்தில் எட்டு வேலைகளைச் செய்தால் அட்டாவதானி என்பார்கள். பத்து வேலைகளை செய்தால் தசாவதானி என்பார்கள், பதினாறு வேலைகளில் ஈடுபட்டால் சோடச அவதானி, நூறு வேலைகளை அவதானித்தால் சதாவதானி.

அப்படி ஒரு சாகச வேலையை தன்னுடைய முப்பத்து மூன்று வயதில் நிகழ்த்திக் காட்டியவர் தான் சதாவதானி செய்குத் தம்பிப் பாவலர். நாஞ்சில் நாட்டுப் பெருமிதங்களில் இன்னும் அழியாத இடம் பெற்றிருக்கும் இவரைப் பற்றித் தெரிந்த பிறகு தான், நாம் எல்லாம் ஒன்றுமே இல்லை என்கிற உண்மை எனக்குத் தெரிந்தது.

மலையாள வழியில் பாடம் பயின்ற இவர் தாய்மொழியான தமிழைத் தனியாக ஒரு தமிழாசிரியர் மூலம் கற்றார். அந்தாதி, யகமம், சிலேடை, திரிபு ஆகிய கவிதை மரபுகளைக் கற்று பல நூல்கள் எழுதினார். சீறாப்புராணத்திற்கு இவர் எழுதிய உரை தான் இன்று வரை பேசப்படுகிறது. கோட்டாற்றுப் பிள்ளைத் தமிழ் அவரின் இன்னொரு சிற்றிலக்கிய நூல்.

(அந்தாதி - அந்தம் என்றால் இறுதி, ஆதி என்றால் தொடக்கம், ஒரு பாடல் முடிவில் உள்ள எழுத்து, அசை, சீர், அல்லது அடி அடுத்து வரும் பாடலின் தொடக்கமாக அமையும் பாடல்களால் ஆனது, அந்தாதிச் செய்யுள் ஆகும்.

யகமம் - மடக்கு அணி என்று சொல்கிறது தமிழ் இலக்கணம் - ஒரே சொல் கவிதையில் மீண்டும் மீண்டும் வரும், ஆனால் வேறு வேறு பொருள் தரும்.

சிலேடை - ஒரு சொல் அல்லது ஒரு சொற்றொடர், இரண்டுக்கும் மேற்பட்ட பொருள் தருமாயின் அது சிலேடை.

திரிபு - ஒரு வினைச்சொல்லானது, அடுத்து வரும் சொல்லுக்கு ஏற்ப பொருள் மாறாமல், எழுத்து மட்டும் மாற்றம் பெற்று இருக்கும் நிலையினை, அதன் திரிபு நிலை என்கிறோம். (உ- மரம் + வேர் = மர வேர்))

நீங்களும் நிறைய வேலைகளை முயற்சி செய்யுங்கள்; ஒரே நேரத்தில் அல்ல, ஒவ்வொரு நேரத்தில்; ஒவ்வொரு வேலைகள் செய்யும் போதும் கிடைக்கும் அனுபவங்களைக் குறித்து வைத்துக் கொள்ளுங்கள், பின்னாளில் உங்கள் குழந்தைகளுக்கு வெற்றிக் கதைகள் பல கிடைக்கும். வெற்றி பெறுவதை விட இந்த அனுபவங்கள் மிக முக்கியமானவை

வெற்றிக்குக் குறுக்கு வழிகள் கிடையாது என்னும் புரிதல் தான் வெற்றி பெற என்ன செய்ய வேண்டும் என்பதற்கான குறுக்கு வழி

◆

55 - இறால்

இப்பூவுலகில் இறால், டால்ஃபின், மனிதன் இவர்கள் மூவருக்கும் உள்ள ஒற்றுமை என்ன தெரியுமா?

இறால் என்பது ஒரு வகை மீனினம், நல்ல தண்ணீரிலும், உப்பு நீரிலும் காணப்படும் ஒரு நீர் வாழ் உயிரினம், மனிதர்களால் விரும்பி உண்ணப்படும் உணவு. கால்சியம், அயோடின், நற்கொழுப்பு மற்றும் அதிகப் புரதச் சத்து உள்ளதாகவும் அதனாலேயே கீரை வகைகள் போல செரிக்க நிறைய நேரம் எடுத்துக் கொள்ளக்கூடிய உணவாகவும் கருதப்படுகிறது. முன்னேயும், பின்னேயும் நீந்தக் கூடிய சக்தி படைத்த இறால்கள் கூட்டமாக வாழக்கூடியவை.

இறாலின் வாழ்க்கைப்பயணம் சுவையும் துக்கமும் நிறைந்தவை. கடல்வாழ் உயிரினங்களின் இறந்த உடல்கள் கடல் நீரில் கழிவுப் பொருட்களாக மாறுகின்றன. இவற்றில் கழிவுப் பொருட்களை கடலில் உள்ள இறால் மீன்கள் உண்டு வாழ்கின்றன. எனவே இவற்றை "கடலின் தூய்மையாளர்' என அழைப்பர். பெரிய வளர்ச்சியடைந்த இறால் மீன்கள் ஆழ்கடல் பகுதியில் உள்ளன. ஆழ்கடல் பகுதியில் தான் இவை முட்டையிடுகின்றன. ஏனென்றால் அங்கு தான் குளிர் வெப்ப நிலை இருக்கிறது, அந்தக் குளிர் தான் முட்டையிடுவதற்கும் அவை ஓரளவு வளர்வதற்கும் தேவைப்படும் வெப்ப நிலை. முட்டைகளும் அங்கேயே முதிர்ச்சியடைகின்றன. முட்டையில் இருந்து வெளிவரும் குஞ்சுகள் கடல் அலைகளால் அடித்து வரப்படுகின்றன. இந்த குஞ்சுகள் சதுப்பு நிலக்காடுகளிலும், கடலோரக் கரையிலும் ஒதுங்குகின்றன. சதுப்புநிலக்காடுகள், கரையோரங்களில் மீன்பிடி தொழில் நடப்பதால் இறால் மீன்கள் இளம் பருவத்திலேயே அழிந்து விடுகின்றன. இதனால் இவை

குறைவதால் ஆழ்கடல் பகுதியில் வளர்ச்சியடைந்த இறால் மீன்களும் குறைகின்றன

இவை இயற்கை நிலையில் குறைவதால் செயற்கை முறையில் வளர்க்கப்படும் இறால்களுக்குச் சந்தையில் விலை அதிகம். அங்கே எங்களைப் போன்ற பேராசை பிடித்த வணிகர்களுக்கான வாய்ப்பு துவங்குகிறது *(Same Side Goal)*, இறாலின் வகைகளைப் பார்க்கலாம், சாப்பிடும் உங்களுக்கும் உதவியாய் இருக்கும்.

கல் இறால் வகை (பவள இறால், பாறை இறால், கல் இறால், மிதியடி இறால்)

புலி இறால் (பெரும்புலி இறால், ஆசியப்புலி இறால், கரும்புலி இறால்)

வெள்ளை இறால் (இந்திய வெள்ளை, ஆசிய வெள்ளை இறால்கள்)

முதல் இறால் வகை கடலில் மட்டுமே வளரக்கூடியவை, இரண்டும் மூன்றும் செயற்கையாக முட்டைகளை எடுத்து கடலின் சுற்றுச்சூழலை செயற்கையாக வடிவமைத்து நாமே முப்பது செண்டிமீட்டர் (!) வரை வளர்த்து, கனடா, பிரான்ஸ், ஜெர்மனி, அமெரிக்கா போன்ற மேலை நாடுகளுக்கு டாலர்களில் ஏற்றுமதி செய்வது தான் இறால் பிடித் தொழில்.

இறால், டால்ஃபின், மனிதர்கள் மூவருக்குமான ஒற்றுமை என்னவென்றால் இந்த மூன்று உயிரினங்களும் தற்கொலை செய்து கொள்ளக் கூடிய சாத்தியங்கள் உடையவை, அதுவும் கூட்டம் கூட்டமாக.

◆

56 - பழக்கம்

இறால் பண்ணைக்காக நாங்கள் இறுதியில் தேர்வு செய்து வாங்கிய இடம் தான் மேல் முந்தல் கிராமம்.

கிழக்குக் கடற்கரைச் சாலையின் தென் பகுதியில், சாலையின் ஒரு புறம் கடற்கரை, மறுபுறம் ஊர் என்று அழகிய சிற்றூர். பனை, மீன், விவசாயம் இதை மட்டுமே நம்பி வாழும் ஏராளமான கிராமங்களுள் இதுவும் ஒன்று. இம்மாதிரி கிராமங்களில் மட்டும் ஒரு மாதம் வாழ்ந்து விட்டால் உலகின் எந்தக் கடைக்கோடி இடத்திலும் வாழ்ந்து விடலாம். ஏனென்றால் அப்போது ஒரு நாளைக்கு இரண்டு பேருந்துகள் தான் வரும், மீன், முட்டை, வெங்காயம், பச்சை மிளகாய் தவிர சோத்துக்குத் தொட்டுக் கொள்ள ஒன்றுமே கிடைக்காது, அதிலும் வெங்காயமும், பச்சை மிளகாயும் ஆடம்பரம்.

அப்படித்தான் மீன் சாப்பிடப் பழகினேன், இன்று வரை என் உணவுப்பழக்கத்தில் இன்றியமையாத பங்காகி விட்டது. பழைய பழக்கங்கள் நம்மை விட்டுப் போவதற்கும், புதிய பழக்கங்கள் நம்மை ஆட்கொள்வதற்கும் பின்னால் மிகப்பெரிய உளவியல் இருக்கிறது. அதற்கு நம் மரபணுக்களிலும் அந்தப் பழக்கத்துக்கான குறிப்புகள் இருக்க வேண்டுமாம்.

பொதுவாக நம் பழக்கங்கள் உருவாவதற்கு மூன்று முக்கிய காரணிகள் உள்ளவைதாம்

1. சூழல் குறிப்புகள் (Context Cue)
2. மீண்டும் மீண்டும் செய்ய வேண்டிய தேவை (Behavioural Repitition)
3. வெகுமதி (Reward)

இது நம் எல்லோருடைய பழக்க வழக்கத்துக்கும் பொருந்தும் (போதை உட்பட), அப்போது நாங்கள் சென்ற இடமெல்லாம் மீன் இருந்தது. வேறு உணவு இலகுவாகக் கிடைக்காத சூழல் இருந்தது. அதனால் மீண்டும் மீண்டும் மீன் சாப்பிட வேண்டிய தேவை இருந்தது. மீன் நன்றாக சுவையாக இருந்தது. நான் மீனுக்கு அடிமையானேன்.

(அப்படியே, உங்கள் கெட்ட பழக்கத்துக்கு ஏதுவான சூழலிலிருந்தும் நண்பர்களிடமிருந்தும் கழட்டிக் கொள்ளுங்கள், மீண்டும் மீண்டும் செய்யக்கூடிய வேறு ஒரு நல்ல பழக்கத்தைக் கற்றுக் கொள்ளுங்கள், அந்தப் பழக்கத்தை விட வெகுமதி தரக் கூடிய வேறு செயல்களில் ஈடுபடுங்கள், கட்டாயம் உங்களால் போதை யிலிருந்து வெளிவர முடியும். நான் மீனை விட்டு விட்டேனா என்று கேட்டால், நல்ல பழக்கங்களை ஏன் விட வேண்டும்)

மீன், திண்ணை ஆயாக்கள், அவர்கள் சொல்லிய பழங்கதைகள், திண்ணையைத் தாண்டினால் அடுக்களை, படுக்கையறை, வாழ்விடம் எல்லாவற்றையும் ஒரேயிடத்தில் உள்ளடக்கிய ஒற்றை அறை, அதைத் தாண்டினால் கொல்லை, உழைப்புக்குப் பேர் போன இளைஞர்கள், பனை ஓலை, கள், அள்ள அள்ளக் குறையாத கடற்கரை மணல், பார்த்துப் பார்த்துத் தீராத பெருங்கடல், பனங்காடு என்று அது ஒரு தனி உலகம், அந்த மாதிரி தமிழ்நாட்டிலிருந்து விலகி நிற்கும் இந்த மாதிரியான கிராமங்கள் கூட நம் அழுத்தத்தைக் குறைக்கும் திணைகள்

இறால் பண்ணைகளை உருவாக்கப் போய் இது மாதிரி இடங்களில் வாழ வைத்த இறைவனுக்கு நன்றிகள். வாழ்வின் வெவ்வேறு சதுக்கங்களைக் கற்றுக் கொள்ள கல்விக்கூடங்கள் மட்டும் போதாது தானே...

◆

57 - அறம்

தமிழன் ஏன் தொழில் செய்ய வேண்டும் என்று பல மேடைகளில் பேசியிருக்கிறேன் (உடனே தமிழ் தேசியம், பிறமொழி வெறுப்பு, வடவர் எதிர்ப்பு என்றெல்லாம் கற்பனை செய்து கொள்ளாதீர்கள், பதில் ரொம்ப எளிமையானது, தமிழ் கற்றவர்கள் எல்லோரும் தமிழர்கள் தான்).

தமிழ் படிப்போர் எல்லாம் 'அறம் செய்ய விரும்பு' என்று தான் படிக்கத் தொடங்குகிறார்கள், அதனால் அவர்களின் எல்லாச் செயல்களிலும் அறம் ஒரு கூட்டு வெளியீடாக வந்து விடுகிறது. ஆனால் அறம் இல்லாமல் தொழில் செய்பவர்கள் தமிழ் பேசினாலும், தமிழ் மண்ணில் பிறந்திருந்தாலும், தமிழர்களுக்குப் பிறந்திருந்தாலும் அவர்கள் தமிழர்கள் இல்லை.

அப்படி அறம் பேணும் சமூகத்தில் இருந்து வந்த நாங்கள் இறால் பண்ணை வளர்க்க பல முயற்சிகள் செய்து பணம் சேர்த்து நிலம் வாங்கி எல்லா ஏற்பாடுகளையும் செய்தோம். ஆனால் இந்த இறால் பண்ணைகளின் கழிவு மண்ணுள் இறங்கி விவசாயத்தை அழித்து மண்ணை மலடாக்கி விடும் என்று தெரிந்த பிறகு மனம் ஒப்பவில்லை.

பல நாள் குழு கூட்டங்கள் நடத்தி, பல முறை விவாதித்து, சண்டையிட்டு, சுற்றுச் சூழல் ஆய்வாளர்களுடன் கலந்துடையாடல் செய்து, பல விரிவுரையாளர்களையும் பேராசிரியர்களையும் அழைத்துப் போய் காட்டி கழிவுகளை மண்ணில் இறங்காமல் இறால் வளர்க்க முடியுமா என்று ஆராய்ந்தோம். வாய்ப்பில்லை என்று தெரிந்து கொண்டோம்.

இறால் வளர்ப்பு மூலமாக ஏற்றுமதி வருவாய் கணிசமாக உயரும்; சத்தான உணவு கிடைக்கும்; நெகிழி போன்ற மற்ற கழிவுகளை விட இதன் தாக்கம் குறைவு என்று ஆயிரம் அறிக்கைகள் கொடுக்கலாம். வரும் வருவாயை வைத்து விவசாயிகளுக்கு ஈடு வழங்கலாமே, ஊருக்கு பள்ளி கல்லூரிகள் கட்டலாமே, சுகாதாரத்தை மேம்படுத்தலாமே என்று ஆயிரம் சப்பைக் கட்டுகள் கட்டலாம். ஆனால் மனசாட்சியை அடகு வைத்து விட்டு ஒரு மனிதனால் தன் உணவில் கை வைக்க முடியாது.

அறிவு முடியும் என்று சொல்லிய பிறகும் மனது முடியாது என்று சொல்லி விட்டால் கோடிக் கணக்கில் பணத்தைக் கொட்டி நாளைய உணவை நாமே கெடுத்துக் கொள்வதில் என்ன லாபம் இருக்கிறது, நாளைய மனிதர்களுக்கான சுற்றுச்சூழல் தொலைநோக்கோடு, கனத்த இதயங்களுடன் தொழிலுக்கு மூடு விழா செய்தோம். சம்பாதிக்க இன்னும் எத்தனையோ அற வழிகள் இருக்கின்றன.

மன அழுக்குகளில் நீந்தித் திரிவதை விட எந்த அழுத்தங்களும் இல்லாமல் சுதந்திரமாக வானத்தில் பறப்பதும் ஒரு சுகம் தானே...

◆

58 - தீரா நதி

வாழ்க்கை நாம் கட்டமைப்பதா, நம்மைக் கட்டமைப்பதா?

இன்று இதை இதைச் செய்ய வேண்டும் என்று திட்டமிட்டு விட்டு அவற்றைச் செய்யும் பொழுது அவை நம்மை விட்டு ஓடுவதும், நாம் அவற்றைத் துரத்துவதுமாக இருப்பதை உணர்ந்திருக்கிறீர்கள் தானே. சில நேரங்களில் எல்லா வேலைகளும் சரிவர முடிவதும், பல வேளைகளில் எந்த வேலையும் முடியாமல் இருப்பதும் நடப்பது வாடிக்கையாக இருக்கிறது தானே. கவலை கொள்ளாதீர்கள் உங்களைப் போல, என்னைப் போல இங்கு பல, பேர் அந்த சங்கத்தில் சேரக் காத்திருக்கிறார்கள்.

எப்போதாவது நீங்கள் நதி - நின்று பார்த்திருக்கிறீர்களா, நீரோட்டத்தை ஒரு போதும் நிறுத்த முடியாது, எத்தனை தடைகள் வந்தாலும் நீர் விலகியோ, இல்லை அந்தத் தடையை மீறியோ தன் பயணத்தைத் தொடர்ந்து கொண்டே இருக்கும், அப்படித் தான் இந்த வாழ்க்கையும்.

நாம் ஒரு வாழ்க்கையை கற்பனை செய்வோம், வாழ்க்கை நம்மைப் பற்றி ஒரு கற்பனை வைத்திருக்கும். இரண்டுமே நன்று தான்!

சில பேருக்கு மட்டும் எப்படித் தான் நினைத்த வாழ்க்கையை வாழ முடிகிறது என்றால் அவர்களுக்குக் கை வரும் வாழ்க்கை, அவர்களைத் தேர்ந்தெடுத்திருக்கிறது என்று வைத்துக் கொள்ளலாம். அல்லது இலக்குகளைத் தினந்தோறும் செபித்துக் கொண்டே தனது பயணத்தை அதன் போக்குகளில் திசை மாற்றி, மடை மாற்றிக் கட்டமைத்துக் கொண்டிருக்கலாம், நமக்கு மட்டும் ஏன் நாம் தேர்ந்தெடுக்கிற வாழ்க்கை அமையவில்லை என்றால் நாம்

அந்த அளவு அந்த பாதையைத் தீர்மானமாகத் தீர்மானிக்கவில்லை என்றும் வைத்துக் கொள்ளலாம். அல்லது, அந்த வாழ்க்கை நம்மைத் தேர்ந்தெடுக்கவில்லை என்றும் எடுத்துக் கொள்ளலாம்.

புரிவது போலவும் புரியாதது போலவும் இருக்கிறது தானே? அது போலத் தான் வாழ்க்கையும் புரிவது போலவும் புரியாதது போலவும் நம்மை நகர்த்திச் செல்வது தான் வாழ்க்கை. அதன் போக்கில் சில நேரம் பயணப்பட்டுத் தான் ஆக வேண்டும்,

வாழ்க்கை ஒரு தீரா நதி. எப்படி சில நேரங்களில் வராண்டாலும், அடுத்த கால மாற்றத்துக்குத் தன்னைப் புதுப்பித்துக் கொண்டு மீண்டும் வெள்ளப்பெருக்கோடு ஓடத் தொடங்கிவிடுகிறதோ அது போலத் தான் நம் வாழ்க்கையும் சில நேரம் வறட்சியும், சில நேரம் பசுமையும், சில நேரம் தெளிந்தும், சில நேரம் காட்டாற்று வெள்ளமாகவும் நாம் ஓடிக் கொண்டே இருக்க வேண்டும்

அதே நேரம் நதி தான் கால் பதிக்கும் இடமெல்லாம் பசுமையாக்கித் துளிர்க்க வைக்கும் உயிர்ப்பை விட்டுச் செல்கிறதோ அதையும் நாம் உள்வாங்கிக் கொண்டு நாம் போகும் இடமெல்லாம் நம்பிக்கையைத் துளிர்க்க வைத்துக் கொண்டே இருக்க வேண்டும். அது தான் நாம் விட்டுச் செல்லும் நிழல், நம் பிம்பம்.

ஒரே ஒரு நேர்மறை மாற்றத்தை உருவாக்கி விட்டீர்கள் என்றாலே, இந்த உயிருக்கான பயனை உணர்ந்து விட்டீர்கள் என்று பொருள்.

◆

59 - எண்ணம்

கனவு - எண்ணம் - செயல் இந்த முக்கோணத் தத்துவத்தின் இரண்டாவது படி நிலையைத் தெரிந்து கொண்ட நிகழ்வு மிகப் பரவசமானது. அதை அப்புறம் பார்க்கலாம். முதலில் கனவுகளை எண்ணங்களாக வடிவமைக்க வேண்டும். எப்படி?

கனவு அத்தியாயத்தில் சொன்ன கனவுகள் ஞாபகம் இருக்கிறது தானே, அந்தக் கனவுகளை எப்படி எண்ணங்களாக மாற்றுவது என்பது பற்றி பார்ப்போம்.

முதல் கனவான செல்வந்தன் என்பதன் வரையறை என்னைப் பொருத்தவரை எது என்பதை நான் தீர்மானிக்க வேண்டும், உங்களைப் பொறுத்தவரை நீங்கள்.

ஒரு லட்சம், பத்து லட்சம், ஒரு கோடி, பத்துக் கோடி, அண்டம், பேரண்டம். சரி அதைத் தீர்மானித்து விட்டு அதை சாத்தியப் படுத்துவதற்கான திட்டங்கள் நம்மிடம் இருக்கின்றனவா, இல்லையென்றால் என்ன மாதிரியான கல்வி நமக்கு வேண்டும், அந்தக் கல்வி கற்று விட்டால் மட்டும் போதுமா அல்லது நிபுணர்களின் உதவி வேண்டுமா, அந்த இலக்கை அடையக் கூடிய சடுதியான கால அளவு என்ன அல்லது இறுதிக்கால அளவு என்ன, இங்கிருந்து அங்கு போக என்னென்ன நிகழ்வுகளைத் தியாகம் செய்ய வேண்டும், என்னென்ன நிகழ்வுகளை கடினமாக செய்து முடிக்க வேண்டும், இப்படியான ஓர் அட்டவனையைத் தயாரித்துக் கொள்ள வேண்டும்.

இப்படியே ஒவ்வொரு கனவுக்கும் வரையறை என்ன, கால அளவு என்ன, அதற்கான மாற்றங்கள் தேவை என்ன, தியாகங்கள் என்ன, தேவைப்படும் கல்வி என்ன, நிபுணர்களின் பங்களிப்புத் தேவை என்ன, அவற்றையும் எழுதி வைக்க வேண்டும்.

இந்தத் திட்டமிடலைத் தான் Quantification Techniques அளவீட்டு நுட்பங்கள் என்கிறது நவீன மேலாண்மை

அதற்குப் பின் எல்லாம் முடிந்து விடுவதில்லை, அப்போதிருந்து தான் வேலை துவங்குகிறது, அப்படியே நாம் நிர்ணயித்த கால அளவி லிருந்து (இறுதியிலிருந்து) இப்போது வரையிலான வேலைகளை செயல்பாடுகளை எழுதிக் கொண்டே வரவேண்டும். ஐந்து ஆண்டுகளில் என்னிடம் பத்து லட்சம் இருக்க வேண்டுமாயின், செலவு சேர்த்து என்னுடைய ஆண்டு வருமானம் இப்போதிலிருந்து எவ்வாறு இருக்க வேண்டும், இப்போது இருக்கும் என் வருமானத்திலிருந்து ஆண்டு தோறும் நான் எவ்வளவு அதிகரிக்க வேண்டும், அந்த அதிகரிப்பு இயற்கையாக எப்படி நிகழ முடியும், மெல்ல மெல்ல எப்படி அந்த நிலைக்கு நான் போக முடியும், இதை Eternal Planning நித்தியத் திட்டமிடல் என்று சொல்லலாம்.

இந்த மூன்றையும் செய்து முடித்து விட்டு கன்னத்தில் கைவைத்துக் காத்திருந்தால் ஒன்றும் நடந்து விடாது, அந்தத் திட்டமிடலைச் சாத்தியப் படுத்த களமிறங்க வேண்டும்,

நம்முடைய ஒவ்வொரு முயற்சிக்கும் இந்த உலகம் நமக்காகப் பறக்க எத்தனிக்கும்.

◆

60 - திறமை

உண்மையில் திறமை என்றால் என்ன?
1. செய்ய நினைப்பதை சரியாக செய்து முடிப்பதா?
2. இணையான மற்றவர்களை விட சிறப்பாகச் செய்வதா?
3. சொல்லுவதை விட அதிகம் செய்வதா?
4. வருமுன் யூகித்து அதற்கான முன்னேற்பாடுகளைச் செய்வதா?
5. கால வரையறைக்குள் ஒரு காரியத்தைச் செய்து முடிப்பதா?
6. குறைந்த ஆற்றலில் குறைவின்றிச் செய்வதா?

எல்லோரையும் போல எனக்கும் இந்தக் கேள்வி எழுந்திருக்கிறது.

நாம் ஒவ்வொருவருமே மற்றவர்களை விட உயர்ந்தவர்கள் தான் ஆனால் எதாவது ஒரு துறையில், மற்ற துறைகளில் மிதமானவர்கள் அல்லது கீழானவர்கள்.

சில பணக்காரர்களைப் பார்த்திருக்கிறேன் - எல்லோரையும் மதிப்பார்கள்; மிகப் பணிவாக நடந்து கொள்வார்கள். அவர்களுக்கும் இந்த மந்திரம் தெரிந்திருக்கலாம்.

ஆனால் ஒவ்வொருவருக்கும் மற்றவர்களை விட சிறப்பாக ஒரு வேலையைச் செய்து முடிக்க வேண்டும் என்கிற ஆவல் இருப்பது சர்வ நிச்சயம். அப்படியானால் ஒருவரே எல்லா வேலைகளையும் திறமையாகச் செய்து முடிக்க என்ன செய்ய வேண்டும்?

இயல்திறன் என்பதும் திறமை தான், அதாவது Aptitude, ஒரு வேலையைச் செய்து முடிக்கத் தேவைப்படும் அறிவு. ஆனால் அந்த அறிவு மட்டும் போதுமா

வழக்கம் போல் இதற்கும் ஐயன் விடை வைத்திருக்கிறார்

வினைத்திட்பம் என்ப தொருவன் மனத்திட்பம்

மற்றைய எல்லாம் பிற - எண் 661 ல் சொல்லிச் சென்றதைத் தான் உளவியலும் சொல்கிறது.

ஒரு செயலின் மேல் மிக ஆர்வமாக மனதைச் செலுத்தி அதை மிகச் சிறப்பாகச் செய்ய வேண்டும் என்று காதலித்து மனக்கட்டுப் பாட்டோடு அதைச் செய்தோமென்றால் நிச்சய வெற்றி தான், அதாவது, எண்ணங்களாக மாற்றாப்பட்ட ஒவ்வொரு கனவையும் காதலித்து அதற்கான மனத் திண்மையோடு செயல்பட்டால் வெற்றி நிச்சயம்.

இப்படி முடிவு செய்யலாம்:

இயல்திறன் + மனத்திட்பம் = வினைத் திட்பம்

Aptitude + Attitude = Altitude

பின் என்ன, உங்கள் செயல்திட்டங்களோடும் மனத்திண்மை யோடும் தயாராகுங்கள்,

இலக்குகளை எட்டிப் பிடிக்க... பறக்கலாம்!

◆

61 - குழு - கட்டமைத்தல்

உங்களுடைய தூரம் எது?

நூறு மீட்டர் இரு நூறு மீட்டர் என்றால் தனியாக ஓடி வென்று விடலாம், மராத்தான் ஓட்டம் என்றால், தூரம் அதிகம் என்றால் ஒரு குழுவைக் கட்டமைத்து அதோடு சென்றால் தான் வெற்றி!

ஒரு குழுவைக் கட்டமைத்தல் என்பது அவ்வளவு எளிதல்ல, கட்டமைக்கக் கட்டமைக்க ஓரொரு உறுப்பினர்கள் வெளியே போவார்கள்; அல்லது குழு மொத்தமும் கலையும். மெல்ல நம் நம்பிக்கைகளைப் பதம் பார்க்கும், ஆனால் நாம் நம் இலக்கின் மேல் வைத்திருக்கும் காதல் தான் அல்லது அது அவர்களுடைய இலக்காகவும் மாறும் பட்சத்தில் அவ்வளவு பேரையும் இழுத்துச் செல்லும். குழு உறுப்பினர்கள் கலையலாம் ஆனால் புதுப் புது உறுப்பினர்களோடு களம் காண்பது முக்கியம்.

குழுக் கட்டமைத்தலுக்கு நான்கு இயக்கங்கள் மிக முக்கியம்

- உருவாக்குதல்
- வேலைகளை நிர்ணயித்தல்
- விதிமுறைகளை நிர்ணயித்தல்
- களம் காணுதல்

இதை இயக்க மேலாண்மை ஆங்கிலத்தில் *Forming - Storming - Norming - Performing* என்கிறது.

தனி மனிதர்களின் வெளிப்பாடு வேறு, குழுவின் வெளிப்பாடு வேறு, அதாவது தனி நபராக ஒருவர் செய்யும் வேலைக்கும் குழுவாக செய்யும் வேலைக்கும் நிறைய வேறுபாடு உண்டு, $1+1 = 3$ என்கிற சமன்பாடு போல குழுவாகச் செய்யும் வேலைக்குக் கிடைக்கும் வெளிப்பாடுகள் மகோன்னதம் வாய்ந்தவை.

குழு உறுப்பினர்களைத் தேர்ந்தெடுக்கும் போதே துவங்கி விடுகிறது நம் பொறுப்புணர்ச்சியும் அளவீட்டுத் திறனும். ஏனெனில் தனியாக ஒரு மனிதன் தன்னை வெளிப்படுத்திக் கொள்ளும் விதமும் குழுவாகத் தன்னை வெளிப்படுத்திக் கொள்ளும் திறனும் வேறு வேறு. அதனால் தான் தொழிற்சங்கங்களுக்குக் கூடுதல் பலம் கிடைக்கின்றது. தனியாகச் செய்யும் போது வேலையாகத் தெரிவது கூட்டாகச் செய்யும் போது சாதனையாக மாறுகிறது.

ஒவ்வொருவருக்குமான வேலையை நிர்ணயித்தல் கூட 'அவர் கண்விடல்' சாமர்த்தியம், விதிமுறைகளை நிர்ணயித்தல் என்பதும் கூட மிகக் கவனமாகத் திட்டமிட வேண்டியது, ஒவ்வொரு உறுப்பினரும் மற்றவரைச் சார்ந்து எடுக்க வேண்டிய முடிவுகள், தனிமனித விருப்பு வெறுப்புகளைத் தாண்டி ஒருவரோடொருவர் சார்ந்திருப்பதாகத் தீர்மானித்தல் மிக முக்கியம்.

இறுதியாக எல்லோருக்கும் ஏற்றபடியான ஒரு களத்தை உருவாக்கி விட்டால் வெற்றி நிச்சயம்.

உண்மையில் ஒரு நல்ல குழுவை நிர்மானித்து விட்டால் போதும், தலைமை வெறுமே அதை நிர்வகித்தால் மட்டும் போதுமானது, இலக்கு குழுவை நோக்கி நகரும்.

வானமும் தொட்டு விடும் தூரம் தான்!

◆

62 - முடிவெடுத்தல் கலை

வாழ்க்கையின் வெவ்வேறு கட்டத்தில் நம் பயணங்கள் திசை மாறிப் பயணிப்பதற்கு நாம் எடுக்கும் முடிவுகள் தான் காரண மாகின்றன. முடிவெடுக்கும் திறனை வளர்த்துக் கொள்வதன் மூலம் நம்முடைய வெற்றியை எளிதிலும் வேகமாகவும் அடைய முடியும். அப்படி நாம் எடுக்கும் முடிவுகள் எதிர்மறை வெளியீடுகளையும் கொண்டுள்ளன, அவற்றையும் கருத்தில் கொண்டு தான் முடிவெடுக்க வேண்டும். அதனால் தான் மேலாண்மையியல் அதை முடிவெடுத்தல் கலை என்கிறது. அதற்கும் ஒரு படி மேலே போய் அதை முடிவெடுக்கும் அறிவியல் என்கிறது நவீன மேலாண்மை,

கலைக்கும் அறிவியலுக்குமான வேறுபாடுகள் என்னென்ன? கலை என்பது உணர்வு சார்ந்ததாகவும் அறிவியல் என்பது நுண்ணறிவு சார்ந்ததாகவும் கருதப்படுகிறது. கலை என்பது உள்ளுணர்வின் வெளிப்பாடாகவும் அறிவியல் என்பது புற நிலை, அனுபவச் சான்றுகள் மற்றும் உறுதிப்பாடு ஆகியவற்றில் கவனம் செலுத்துவதாகவும் கருதப்படுகிறது. கலையும் அறிவியலும் ஒரே நாணயத்தின் இரு பக்கங்கள் போலக் கருதப்படுவது இந்த முடிவெடுக்கும் திறன் கல்வியில் தான்

தேவைகளின் அடிப்படைகளிலேயே முடிவுகள் எடுக்கப் படுகின்றன. நம் வாழ்வின் முதல் முடிவுகள் நம்முடைய பத்தாவது படிப்பு முடிவில் எடுக்கப்படுகின்றன. நீ எந்த குரூப் என்பதில் துவங்குகின்றன. நம் வாழ்க்கைக்கான செதுக்கங்கள். அறிவியல் பாடங்களைத் தேர்ந்தெடுத்து விட்டு கலையை ஏக்கத்துடன் பார்த்தவன் நான். இதன் உல்டாக்களை அனுபவித்த நண்பர்களும் இருக்கிறார்கள் எனக்கு. ஆனால் முக்கால்வாசிப் பேர் தங்களுடைய இலக்குகளின் அடிப்படையிலேயே முடிவுகள் எடுக்கிறார்கள்.

பெரும்பாலும் முடிவுகள் எடுக்கும் திறன் நான்கு அடுக்குகள் கொண்டவையதாக இருக்கும், அதிலிருந்து ஓரடுக்குப் பின்னூட்டம் கொண்டதாகவும் இருக்கும்

1. இலக்கு நிர்ணயித்தல் - *Goal Setting*
2. தரவுகளை சேகரித்தல் - *Options Generation*
3. மாற்று வழிகளை ஆராய்தல் - *Identifying Pros and Cons of all Options*
4. சிறந்த வழியைத் தேர்ந்தெடுத்தல் - *Choosing the Best Options*
5. பின்னூட்டம் - *Feedback* - நம்முடைய தேர்விலிருந்து ஏற்படும் விளைவுகளை ஆராயவ்தும் அதிலிருந்து கற்றக் கொண்டவைகளும் அதிலிருந்து வரும் மாற்றுப் பாதைகள் பற்றிய நுண்ணறிவும், நம்முடைய தேர்வை இன்னும் சிறப்பானதாக்கும்.

நானும் அப்படியான ஒரு முக்கியமான முடிவெடுக்கும் நிலையில் எடுத்த முடிவுகள் தான் என்னை இங்கு கொண்டு வந்து நிறுத்தியிருக்கின்றன. அதை நாள்தோறும் பின்னூட்டங்களின் வழியே ஆராய்ந்து கொண்டே இருப்பதனால் என் வாழ்வின் திசைகளை என்னால் என்னுடைய இலக்குகளுக்கு ஏற்பத் திருப்பிக் கொள்ள முடிகிறது.

அப்படியாக நான் எடுத்த முடிவுகள் தான் கணினித் தொழிலோடு படித்த மேலாண்மைக்கல்வியும் அந்தத் தொழிலை விட்டு விட்டு தந்தையின் மருந்துத் தொழிலில் கால் பதித்ததும், அதில் இன்று வரை கற்றுக் கொண்டே பயணப்பட்டுக் கொண்டிருப்பதும், தினந்தோறும் இணையரிடம் திட்டு வாங்கிக் கொண்டே ஏதாவது ஒன்றை வாசித்துக் கொண்டே நகர்வதும், பலதரப்பட்ட அவமானங்களைத் தாண்டி வாழ்க்கையில் முன்னேறிக்கொண்டே இருப்பதும், இயல்பாக ஏற்படுவதற்குக் காரணம் - இந்த முடிவெடுத்தல் கலை மற்றும் அறிவியல் தான்.

நீங்களும் பறப்பது என்று முடிவெடுத்து விட்டீர்கள் தானே?

◆

63 - குலத் தொழில்

இது ஏதோ அரசியல் என்றெல்லாம் ஒதுக்கி விட முடியாது, தகப்பன் தொழிலை மகன் செய்ய வேண்டுமா இல்லையா? செய்யலாமா கூடாதா? தொழில் என்பது வாழ்வாதாரத்துக்கானதா அல்லது சாதியா?

பண்டைய சங்க இலக்கியங்களில், ஏன் இதிகாசங்களில் கூட கவிதை எழுத விருப்பப்பட்ட எத்தனையோ மன்னர்கள் இருந்திருக்கிறார்கள், இசையை நேசித்த நீரோ மன்னன் வரலாறாகி இருக்கிறான், கட்டிடப் பொறியாளனாகக் கல்லணை கட்டிய கரிகாலனை நமக்குத் தெரியும். தொழில் என்பது தேர்வு, அது பிறப்பால் வருவதல்ல என்னும் தெளிவு நமக்கு முக்கியம் - நாம் எந்தக் கட்சி சார்பு உடையவர்களாக இருந்தாலும்.

எல்லோரும் ஏதோவொரு வினைக்காகப் படைக்கப் பட்டிருக்கிறார்கள், அதைக் கண்டுபிடிக்கத் தான் கடினமாக உழைக்க வேண்டும், தச்சன் மகன் தச்சனாவது தேர்வு, அதைக் கட்டாயமாக்க முடியாது, தேவையுமில்லை. ஆனால் பிறந்ததிலிருந்து தச்சு வேலைகளைப் பார்த்துக் கொண்டிருக்கும் ஒரு மனிதனால் நன்றாகத் தச்சு வேலை செய்ய முடியும், ஏனெனில் அவன் மூளையில் அந்த வேலைக்கான முத்திரைகள் பதிந்திருக்கும்.

ஆனால் அவனால் அதை விட இன்னொரு சிறந்த வேலையை செய்ய முடியும், அல்லது தச்சு வேலையை தகப்பனை விட அருமையாகச் செய்ய முடியும், முடிய வேண்டும். அது தான் இயற்கையின் நியதி. ஒவ்வொரு உயிரும் தன்னை விட உயர்ந்த வித்துக்களைத் தான் இந்த மண்ணில் விட்டுச் செல்ல வேண்டும்.

ஓவியர் மணியனின் ஓவியங்களை விட அவர் தனயன் மணியன் செல்வனின் ஓவியங்கள் அற்புதமானவை, அதற்கான காரணங்கள் அலாதியானவை, கல்வி சூழலும், வரைவதற்கான கருவிகளும், தளமும், களமும் நவீனமாக முன்னேறிக் கொண்டே வந்து விடும், நிச்சயம் அப்போது பொறியும் விளைவும் நன்றாகத் தான் இருக்க முடியும், ஒரே ஓவியத்தை தந்தையை விட மகன் நன்றாகத் தான் வரைய முடியும், இன்று அவர் பேரன், ஓவியங்களைக் கணினியில் நிமிடங்களில் வரைந்து விட முடியும், அந்த ஓவியங்களின் உயிர்ப்பும் தொழில் நுட்பமும் மிக உயர்வானவையாகத் தான் இருக்கும். உயர்ந்து கொண்டே போவது தானே மனித வாழ்வின் லட்சியம்!

பாசாங்கற்ற, வலிந்து மேற்கொள்ளாத, இயல்பான எந்தத் தொழிலும், வேலையும், முயற்சியும் உங்களை மேலும் அழகாக்கும்.

அப்படிப் பிறந்ததிலிருந்து நான் பார்த்த மருந்துத் தொழிலை எடுத்து செய்யவே என் மரபணுக்கள் துடித்துக் கொண்டிருந்ததை உதாசீனப் படுத்தி விட்டு நண்பரின் தூண்டுதலின் பேரில் கணினித் தொழிலைத் துவங்கினேன். பிசிஎல் நிறுவனம் ஏற்படுத்தி விட்டுப் போன பின்விளைவுகளில் இரண்டு மூன்று ஆண்டுகள் நட்டத்தில் திளைத்துப் பின் எழுந்த போது மீண்டும் தந்தையின் தொழிலுக்குச் செல்லும் வாய்ப்பு கிடைத்தது.

முடிவெடுத்தல் கலையின் ஆய்வு முடிவுகளும் அதைத் தான் பறைசாற்றியது, இரண்டாவது அத்தியாயத்தை மருந்துத் தொழில் மூலம் துவங்கினேன்.

உங்களுக்கு எது சிறப்பாகச் செய்ய வருமோ, அது தான் உங்களுக்கான சிறகுகள்!

◆

64 - விற்பனைப் பிரதிநிதிகள்

ஒரு சினிமா வசனம், நிச்சயம் எல்லோருக்கும் ஞாபகம் இருக்கும், கழுத்தில டை, கையில பை, வாயில பொய் - இது தான் *(Medical Representative)* மருந்து விற்பனைப் பிரதி நிதி என்று.

எதையும் பொய் சொல்லி விற்று விட முடியாது, அப்படியான கண் கொண்டு பார்க்கக் கூடாது என்று சிறுவயதில் என்னைக் கைப்பிடித்துக் கடைக்கு அழைத்து வந்தவர் என் தந்தை.

அவர்கள் பை தூக்கவில்லை என்றால் நம் தொப்'பை' நிறையாது என்று ஒரு புது வசனம் சொன்னவர், சிறு வயதில் புரியாத சில அனர்த்தங்கள் வளர வளர அர்த்தங்களாகத் துவங்கும்.

போனிசான் மருந்துப் பெட்டிகள் அடுக்கப்பட்ட மருந்துக் கிடங்கில் ஓடிப் பிடித்து விளையாடி வளர்ந்தவன் என்பதால் என் மூச்சில் கலந்திருப்பது மருந்து வாசமும், விற்பனைப் பிரதிநிதிகளின் சகவாசமும் தான்.

மற்ற விற்பனையாளர்கள் போலல்ல மருந்து விற்பவர்கள், ஒரு சமூகப் பொறுப்பைச் சுமந்து கொண்டே தான் களத்தில் சுற்றிக் கொண்டிருப்பார்கள். அப்படியான சிலரைப் பார்த்தவுடன் மருத்துவர்களே எழுந்து நின்று வரவேற்பதை நான் பார்த்திருக்கிறேன். அன்றைய காலக்கட்டத்தில் நிறுவனங்களுடைய பெயர்களைத் தன் பெயரோடு அடைமொழியாகச் சேர்த்துத் தான் சொல்வார்கள்

ஹிமாலயா பார்த்தசாரதி, டெய்ஸ் சந்திரசேகர், ஈ மெர்க் சோமசேகர், ஹிமாலயா ஈசுவர மூர்த்தி, சிப்லா ஸ்ரீதர், டோரண்ட் ஜெகன் மோகன், சன் இராமகிருஷ்னன், எல்டர் பாஸ்கர், ரெட்டீஸ் வீரமணி என்று கிட்டத்தட்ட தன் தந்தைக்கு அடுத்து நிறுவனத்துக்கு

அடையாளமாகவே மாறிப் போன நிறைய வரலாற்றுக் கதா நாயகர்களை இந்தக் களத்தில் தான் சந்தித்திருக்கிறேன். இன்னும் சொல்ல வேண்டுமானால் என் நாட்குறிப்பில் முன்னூறு நண்பர்களுக்கு மேல் இருக்கிறார்கள் - என்னைக் கவர்ந்தவர்கள்.

ஒவ்வொரு நண்பருக்கும் ஒரு சோகக் கதை இருக்கும், ஆனாலும் களத்தில் உற்சாகத்தோடு பணியாற்றிக் கொண்டிருப்பார்கள். நாம் அயர்வாக இருக்கும் நேரங்களில் வந்தால் நம்முடைய மன நிலையையே மாற்றியமைத்து விட்டுப் போவார்கள். என்னுடைய துயரங்கள் எவ்வளவாக இருந்தாலும் நாம் எவ்வளவு சோர்வாக இருந்தாலும் அவர்களுடைய கஷ்டங்களோடு ஒப்பிட்டால் அது ஒன்றுமே இல்லாமல் போய்விடும்.

இந்த உலகில் எந்த உபகாரத்துக்கும் நம்மால் நன்றி செலுத்தி விட முடியும், பிரதி உபகாரம் செய்ய முடியாத ஒரு வேலை என்றால் அது மருந்துலக நண்பர்களின் மருத்துவ சேவை தான். ஏதோ ஒரு வியாதிக்கு அந்த வியாதியின் பூரண தெளிதலோடு, மருத்துவ உலகின் சமீபத்திய ஆய்வுகளோடு சரியான மருந்துகளை மருத்துவர்களுக்குக் கொண்டு சேர்ப்பதோடு அவர்கள் பங்கு முடிந்து விடுவதில்லை. அந்த மருந்தின் பயணத்தை பயனீட்டாளர்கள், மருந்தாளுனர்கள், பயனர்கள், மொத்த மருந்து வணிகர்கள், மக்கள் தொடர்பு வணிகர்கள், நோயாளிகள் என்று கடத்திக் கொண்டு போய் நோயை அடியோடு வேரருப்பதில் இருக்கிறது. அவர்களுக்கு நாம் செலுத்த முடியாத நன்றிக்கடன்.

நன்றி என்ற ஒரு வார்த்தையில் அடக்கி விட முடியாது; என் பயணத்தின் வெற்றியை முழுவதும் அவர்களுக்குக் காணிக்கை ஆக்குகிறேன்.

◆

65 - செய் அல்லது ... செய்

என்னைக் கிண்டல் செய்யாத நண்பர்களே இல்லை, என்னை மட்டம் தட்டாத போட்டியாளர்களே இல்லை, என்னை அவமானப்படுத்தாத எதிரிகளே இல்லை, என்னைக் கேவலப் படுத்தாத முகவர்களே இல்லை. அவ்வளவு ஏன், என்னை மட்டுப் படுத்தும் மனைவியுடனும், கேள்வி கேட்கும் குழந்தைகளுடனும் தான் வாழ்கிறேன்.

உங்களுக்கும் இது ஒன்றும் புதிதில்லை தானே, அப்படியான தருணங்களில் சோர்ந்து போய் உட்கார்ந்து விடுவது நீங்கள் மட்டும் அல்ல, நானும் தான், அப்போதெல்லாம் என் அம்மா எனக்குச் சொன்ன ஒரு சொற்றொடர் ஞாபகம் வரும். காய்த்த மரத்தில் தானே கல்லடி படும்.

தாய் வழி தானே உறவு முறைகள் நம்முள் கடத்தப் படுகின்றன. அப்படித்தான் நம் கட்டமைப்புக்கான அடித்தள விதைகளும்.

உண்மை தானே, நாம் எதற்கும் பயன்படாத மரம் என்றால் நிழலுக்கு ஒதுங்கி விட்டுப் போய் விடுவார்கள், கனி தரும் மரம் என்றால் மட்டும் தான் கனி பறிக்க கல் எறிவார்கள். ஒவ்வொரு எறிக்கும் ஒரு கனி கொடுப்பேன் என்றால் நிறைய கல்லெறிகளைத் தாங்கித் தானே ஆக வேண்டும்.

ஒவ்வொரு நாளும் ஒவ்வொரு தருணமும், விழித்திருங்கள் - எந்தக் கல்லடி எங்கிருந்து வருகிறது என்று, காத்திருங்கள் விழ வைக்க வீறு கொண்டு வரும் எதிரிகளுக்காக, நித்தமும் படித்துக் கொண்டிருங்கள் அவர்கள் எறியும் கணைகளை எதிர்கொள்வதற்காக. அவர்களுக்குக் கனிகளையே பரிசாகக் கொடுங்கள்.

வீழ்வேனென்று நினைத்தாயோ என்று பாரதி போல வெகுண்டெழ வேண்டாம், சவால் விட வேண்டாம், மாறாக பகைவனுக்கும் அருள் செய் என்பதாக கனி தரக் காத்திருங்கள், உழைப்பை ஒரு போதும் நிறுத்தாமல் தவம் செய்யுங்கள், உங்கள் வெற்றிக்கான காரணங்களை நாளைய வரலாறு தேடும்

அவமானங்களையும் தோல்விகளையும் சந்திக்காமல் ஒரு மனிதன் வெற்றி பெற்றிருக்கிறான் என்றால் அவனுடைய வெற்றி எளிதில் நீர்த்துப் போய் விடும். உளி விழும் வலியைத் தாங்கித் தான் இறைவனே உயிர் பெறுகிறான்,

நாமெல்லாம் எம்மாத்திரம்?

◆

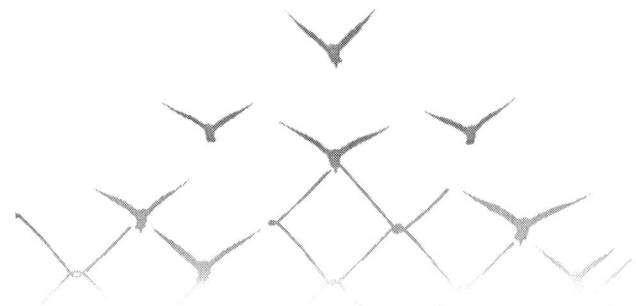

66 - துணிவு

இந்த உலகம் துணிந்தவர்களுக்கானது.

பள்ளியில், கல்லூரியில், வேலை பார்த்த நாட்களில் நிறைய நண்பர்கள் இருந்தார்கள். அவர்களில் பல பேர் அதிபுத்திசாலிகள், உண்மையிலேயே மிகச் சிறந்த அறிவாளிகள், ஆனால் அவர்களில் நிறையப் பேர் வாழ்க்கையில் வெற்றி பெறாமலேயே இன்னும் இருக்கிறார்கள்.

உங்களோடு படித்தவர்களும் இப்படித் தான்,

நன்றாகப் படித்தவர்கள் சுமாராகவும் அதிகம் கவனத்தில் கொள்ளாதவர்கள் உயர்ந்த இடத்திலும் இருப்பதைப் பார்த்திருப் பீர்கள், அவர்கள் வெற்றி பெறாமல் போவதற்கு எது காரணம்? இவர்கள் வெற்றி பெற்றதற்கு என்ன காரணம்?

ஒன்று - இலக்குகள்

கனவுகள் இல்லாத மனிதர்கள் கனவில் கூட சாத்தியமில்லை, எல்லோருக்கும் ஏதாவது ஓர் உச்சக் கட்ட எட்டல் இருக்கும், அதுவும் படிப்பாளிகளுக்கு நிச்சயம் பல கனவுகள் இருந்திருக்கும், அதனால் அவர்களுக்கு இலக்குகள் இல்லை என்று சொல்லிவிட முடியாது

மற்றொன்று - முயற்சி

முயற்சி திருவினையாக்கும் என்று என் கடவுளே சொல்லி விட்டான், தெய்வத்தால் ஆகாதெனினும் முயற்சி தன் மெய்வருத்தக் கூலி தரும் என்றும் உழைப்பை ஒரு படி மேலே வைத்து விட்டான். நன்றாகப் படிப்பவர்கள் நன்றாக முயற்சி செய்யாமலா இருந்திருப்பார்கள்!

அதனால் அதுவாகவும் இருக்க முடியாது

மூன்றாவது - துணிவு

ஒரு முயற்சியை எடுக்க மனத்துணிவு வேண்டும், வேலையை விட்டு விட்டு தொழில் செய்யத் துணிவு வேண்டும், அல்லது அந்த வேலையில் இருந்து கொண்டே வேறொரு முதலீடு செய்து வருவாய் பெருக்க துணிவு வேண்டும், வசதியான வாழ்க்கையில் இருக்கும் போது அதை விடுத்து அபாயகரமான இடர்களுடைய முதலீடுகள் செய்யத் துணிவு வேண்டும், தோல்வியும் வரலாம் என்கின்ற புரிதலோடு அந்த அபாயத்தை எதிர்த்துக் கடைசி வரை நிற்பவன் தான் வெற்றி பெறுகிறான்.

விடாமுயற்சியையும், நிலைத்தன்மையையும், திட்டமிட்ட இலக்குகளையும் கொண்டவன் தான் வெற்றி பெறுகிறான்

இந்தத் துணிவு தான் அந்தச் சாமானிய நண்பர்களை ஏணியில் ஏற்றிப் பின் ஏரோப்பிளேனில் ஏற்றிக் கடைசியில் ஏக வானில் பறக்க விடுகிறது, இந்தத் துணிவு வருவதற்குக் காரணமே பயம் தான் (அதனால் பயம் நல்லது)!

அப்படியான துணிவு இல்லாமல் திசை தெரியாத காட்டில் நின்றது மாதிரி இருந்தது. நான் பெரியமேட்டில் புதிய தொழிலில் உட்கார்ந்திருந்த போது, என் முன்னால் பயம் தலைவிரித்தாடியது;

அத்தனை பயங்களுக்கும் - ஒரே ஒரு பதில் தான் இருந்தது, அது.... எதிர்காலம்...

◆

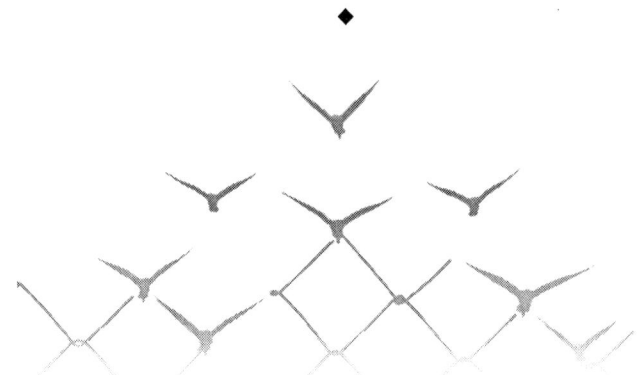

67 - பெட்டிக்குள் வாழ்க்கை

உங்களுடைய வாழ்வியல் பொருட்தேவைகளை ஒரு பெட்டியில் அடைக்க முடியுமா?

முடியும் என்றால் நீங்கள் தான் இந்த உலகின் ஆகச் சிறந்த மனிதன், ஆனால் உண்மை அப்படி இல்லை, நாம் எல்லோருமே பொருட்களை வாங்கிக் குவிக்கிறோம். ஒரு நாட்டின் பொருளாதாரத் தையே 'மொத்த உள் நாட்டு உற்பத்தி' கொண்டே குறிக்கின்றனர், உற்பத்தி செய்ய வேண்டுமானால் அதை வாங்கவும் நுகரவும் ஆள் வேண்டும், உற்பத்தி இன்னும் பெருக வேண்டுமானால் நம் தேவைக்கும் அதிகமாகப் பொருட்கள் வாங்கிக் குவிக்க வேண்டும். இது தான் இன்றைய சந்தைப் பொருளாதாரத்தின் நோக்கம்.

நாம் எல்லோருமே ஆட்டுவிக்கப் படும் பொம்மைகள். இதில் எங்கிருந்து நம் தேவைகளை ஒரு பெட்டிக்குள் அடக்குவது?

யோசியுங்கள், நம் அன்றாடத் தேவைகளைக் குறைக்கக் குறைக்க நம்மிடம் உபரிப் பணம் இருக்கும்; அந்தப் பணத்தை எதிலாவது முதலீடு செய்தால் அந்தப் பணம் மேலும் பெருகும்.

என்ன பாஸ் ஒரு பக்கம் தேவைகளைக் குறைக்கச் சொல்லுகிறீர்கள், இன்னொரு பக்கம் பணத்தைப் பெருக்கச் சொல்லுகிறீர்கள் என்று கேட்டால், பொருட் தேவைகளைத் தான் குறைக்கச் சொல்லுகிறேன், உங்களை மகிழ்விக்கும் செயல்களில் அந்தப் பணத்தைச் செலவழிக்கலாம்.

உதாரணத்திற்கு நீங்கள் ஒரு பெரிய எழுத்தாளராக வேண்டும் என்று விரும்புகிறீர்கள். ஆனால் அது எப்படி என்று தெரியவில்லை இப்போது உங்களுடைய உபரி பணத்தைக் கொண்டு நீங்கள் ஒரு

எழுத்தாளர் பயிற்சிக் கூடத்திற்குச் சென்று அதற்கான பயிற்சி கட்டணத்தைக் கட்ட முடியும்.

நீங்கள் ஒரு பெரிய இசை மேதையாக ஆக வேண்டும் என்று கனவு கண்டால் அதற்கான பயிற்சியில் இறங்க முடியும்.

திரைக்கதை ஆசிரியராக விரும்பினால் நிறைய புத்தகங்களை வாங்கி படிக்க முடியும்(கின்டில்)

ஆனால் இந்த மாதிரி தத்துவங்கள் எல்லாம் நீங்கள் தனியாகவும், தேவைக்குப் பொருட்களை வாங்க முடியாமலும் இருக்கும் போது தான் தோன்றும்.

அன்று, அப்படித்தான் மதுரையில் இருந்து ஒரு பெட்டியில் என்னுடைய தேவைகளை நிரப்பி கொண்டு இந்தப் பரந்துபட்ட சென்னை பட்டினத்திற்குள் வந்து என்னை அடகு வைத்தேன்.

புதிய தொழில் வானத்தில் கையைக் காலை ஆட்டிப் பறக்க எத்தனித்த பறவைக் குஞ்சாக இருந்தேன். உங்களுக்கும் இது போன்ற தருணங்கள் - பிரயத்தனங்கள் வாய்த்திருக்கும், குறித்து வைத்துக் கொள்ளுங்கள் - நீங்கள் பறவையாகும் தருணமும் அது தான்!

வாழ்க்கை வெறுமையாய் இருக்கும் போது தான் பறப்பதற்கான வெற்றிடங்கள் கிடைக்கின்றன.

◆

68 - நேர்த்தி

இந்த உலகத்தில் மிக நேர்த்தியானது என்று ஏதாவது உண்டா?

தினந்தோறும் நம் வாழ்க்கைப் பந்தயத்தில் எத்தனையோ மனிதர்களைச் சந்திக்கிறோம்.

சிலரை நமக்கு பிடிக்கிறது, சிலரை நமக்குப் பிடிக்காமல் போகிறது, சிலர் நம்மைக் கவராமலேயே போய் விடுகிறார்கள்,

ஆனால் சிலர் மிஸ்டர் பர்ஃபெக்டாக நம்மைக் கவர்ந்து விடுகிறார்கள். அப்படியான ஒரு மனிதர் தான் திருவாளர் எக்ஸ். அவரைப் போன்ற நேர்த்தியான மனிதரை நான் இதுவரை என் வாழ்வில் சந்தித்ததே இல்லை.

என்னுடைய அலுவலக வளாகத்திலேயே இருந்தது அவருடைய அலுவலகமும். அவர் அலுவலகத்தை திறந்தால் மணி 10 என்று கூறி விடலாம், பூட்டினால் மணி 5.30 என்று சொல்லி விடலாம்.

தினந்தோறும் மனைவிக்கு ஏதாவது வாங்கிக் கொண்டு தான் வீட்டுக்குப் போவார், அவருடைய மகன் அவர் மேல் அப்படி ஒரு பிரியத்தில் இருந்தான். வாலிப இளைஞர்கள் தங்களுடைய தந்தையை அவ்வளவு விரும்பி நான் பார்த்ததில்லை.

மிக கடினமான காலக்கட்டத்தில் என்னுடைய சேமிப்புப் பணமான ரூபாய் 10 ஆயிரத்தை அவர் வேலை பார்த்த நிதி நிறுவனத்தில் முதலீடு செய்திருந்தேன். ஒரு நாள் அவர் அலுவலகத்தைத் திறக்கவில்லை உடல்நிலை சரியில்லையோ என்று அவருக்குத் தொலைபேசித்தேன், அவர் எடுக்கவில்லை.

ஒரு நாள், சில நாட்களாகி, பல நாட்கள் ஆகி போனது, அவருடைய வீட்டுக்குச் சென்றேன், வீட்டைப் பூட்டிக் கொண்டு

அவர் சொந்த ஊருக்கு போயிருந்தார். அப்போதுதான் தெரிந்தது அவர் வேலை பார்த்த நிதி நிறுவனமும் சொந்த ஊருக்குப் (பாயிண்ட் ஜீரோ!) போயிருந்தது

வாழ்க்கை முழுவதும் நேர்த்தியை பற்றி மட்டுமே யோசித்துக் கொண்டிருந்த ஒரு மனிதர் தன்னுடைய நிறுவனம் நேர்த்தியானதா என்று தேர்வு செய்யாமல் போனது எந்த விதி?

உண்மையில் இந்த உலகில் மிக நேர்த்தியானது என்று எதுவும் இல்லை. மிக நேர்த்தியானது மட்டுமே இருந்தால் கடவுளுக்கே போரடித்திருக்கும், யோசித்துப் பாருங்கள் - இடைவெளி இல்லாமல் சதுரமாகக் காய்கள் இருந்திருந்தால் நம்மால் கேரம்போர்டு விளையாடியிருக்க முடியுமா.

உண்மையில் இந்த நேர்த்தியின்மை தான் ஒவ்வோர் உயிரையும் மற்ற உயிரிடமிருந்து வித்தியாசப்படுத்தி ஈர்ப்பை உண்டாக்குகிறது.

நேர்த்தியான இணையர், நேர்த்தியான குழந்தைகள், நேர்த்தியான உறவுகள், நேர்த்தியான நண்பர்கள், நேர்த்தியான முகவர்கள் இன்று தினந்தோறும் தேடிக் கொண்டே இருக்கிறோம். முதலில் நாம் மிக நேர்த்தியான மனிதனாக இருக்கிறோமா?

குள்ளமான உருவம், மாநிறம், சப்பையான மூக்கு, பெரிதாக கவனத்தை ஈர்க்காத சற்றே குண்டான தேகம், உடற்பயிற்சியில் உள்ளே போகாத சற்று மேடான வயிறு இப்படி நம்மைப் பற்றிய நிறைய நேர்த்தி இல்லாத அமைப்பை வைத்துக்கொண்டு எதிரிகளிடம் (எதிரில் இருப்பவர்கள்) தினந்தோறும் நேர்த்தியைத் தேடிக் கொண்டிருக்கிறோம்

உண்மையில் இந்த உலகில் நேர்த்தியானது என்று எதுவுமே இல்லை. சிலர், சிலருக்கு நேர்த்தியானவர்கள் பலர் பலருக்கு நேர்த்தியானவர்கள் இல்லை.

மிக நேர்த்தியானது எது என்று தேடித்தேடி நம்முடைய நேரத்தை வீணடிப்பதை விட்டுவிட்டு இருப்பதை அப்படியே ஏற்றுக் கொண்டால் வாழ்க்கை எளிமையானதாக, இலகுவானதாக ஆகிவிடும்.

◆

69 - கனவுப் பலகை

நாம் ஏற்கெனவே கனவுகளை ஐந்து வெளிகளில் தீர்மானித்து விட்டோம்.

1. உடல்
2. மனம்
3. நிதி
4. உறவு
5. ஆன்மீகம்

உங்கள் கனவுகள் தீர்மானிக்கப்பட்டு விட்டன என்றால் அதை எழுதி வைக்க வேண்டும், அப்போது தான் ஒவ்வொரு நாளும் அதை நோக்கி எவ்வளவு பயணப்படுகிறோம் அல்லது அதை நோக்கிப் பயணப்படுகிறோமா என்று தெரியும்.

நாட்குறிப்பில் எழுதி வைத்தால் மட்டும் போதாது என்று அதை ஒரு சுவரொட்டி (Poster) வடிவில் தயாரித்து நாம் தினந்தோறும் பார்க்கும் இடத்தில் ஒட்டி வைப்பதை இன்றைய மேலாண்மை உலகம் பரிந்துரை செய்கிறது. கூகுளில் எண்ணற்ற மாதிரிகள் கொட்டிக் கிடக்கின்றன. அவற்றில் எதையாவது தேர்ந்தெடுத்து அதில் உங்கள் இலக்குகளை எழுதி வைத்துக் கொள்ளுங்கள்.

உடல் சார்ந்த உங்கள் இலக்குகள் என்ன? பொது உடற்பயிற்சி, அல்லது ஒரு நோய்க்கான தீர்வு, (சளிப் பிடிக்காமல் வாழ்வது எப்படி என்பது என் ஒரு காலத்தில் என் நோக்கமாக இருந்தது) இலக்குகளை எவ்வளவு எளிமையாகத் தீர்மானிக்கிறோமோ அவ்வளவு எளிது அதை அடைவது.

மனம் அமைதிப்படுத்துவது எப்படி, ஆழ் நிலைத் தியானம் என்றால் என்ன, இந்தந்தப் புத்தகங்களைப் படித்து முடித்து விட முடியுமா? இந்தக் கேள்விகள் உங்கள் மன இலக்குகளுக்கான பதில்கள் தர வல்லவை.

வீடு வாங்க வேண்டும், கார் வாங்க வேண்டும், இந்த நகை வாங்க வேண்டும், இந்தப் புடவை வாங்க வேண்டும் என்பது உங்கள் நிதிச் சுதந்திர இலக்குகளாக இருக்கலாம்.

மனைவியுடன் சண்டை போடாமல் இருக்க வேண்டும் (நம்புங்கள் - நிச்சயம் சாத்தியம்), மாமனாருடன் இணக்கமாக ஆகி நல்ல பேர் வாங்க வேண்டும், அப்பாவிடம் அவருடைய கெட்ட பழக்கங்களை நிறுத்தச் சொல்லி சண்டை போட வேண்டும், இப்படியான உறவுமுறை இலக்குகள் இருக்கலாம் (சின்ன வீட்டுக்கான முயற்சிகள் கூட சாத்தியம்; ஆனால் அதன் பின்விளைவுகளுக்கு நாம் பொறுப்பல்ல)

இந்தந்தக் கோயில்களுக்குச் சென்று வரவேண்டும் என்பது ஆன்மீகச் சாத்தியங்களாக இருக்கலாம்

கனவுப் பலகைக்கான உதாரண யோசனைகள்:

★ கனவு வேலை
★ கனவு வீடு
★ ஓய்வுத் திட்டம்
★ உறவு மேம்பாடு
★ கனவுப் பயணம்
★ உடல் நல இலக்குகள்
★ விருதுகளுக்கான முயற்சி
★ கற்றுக் கொள்ள வேண்டிய திறன்கள்
★ பொழுது போக்கு மற்றும் உணர்வு ரீதியான தேடல்கள்
★ அசாத்தியமான மலையேற்றம்
★ சுற்றுச் சூழல் தூய்மை செய்யும் திட்டம்
★ சிகை மாற்றம்
★ தனிப்பட்ட பாணி உருவாக்குதல்
★ வாழ்வியல் நடைமுறை மாற்றம்
★ ஆக்கபூர்வமான புதுமையான திட்டங்கள்

எந்த ஒரு மகா வேலையும் ஒற்றைப் புள்ளியில் தான் துவங்குகிறது. ஓலைச் சுவடியும் எழுத்தாணியும் கொண்டு எழுதத் துவங்குங்கள் - நாளைய உங்கள் சரித்திரத்தை.

◆

70 - திட்டமிடல்

கனவு - எண்ணம் - செயல், இந்த முக்கோணப் பாடத்திட்டத்தில் எப்படிக் கனவு காண வேண்டும் என்று பார்த்து விட்டோம், அதைக் கனவுப் பலகையில் எழுதுவதும் அதை தினந்தோறும் பார்ப்பதும், சொல்வதும் நம்மை ஓரளவு இலக்குகளை நோக்கி இட்டுச் செல்லும் என்றாலும் கூட, கனவுக்கும் செயலுக்கும் இடைப்பட்ட இடத்தில் திட்டமிடல் ஒரு முக்கியமான பகுதி. நாம் விரும்பியதை விரும்பிய நேரத்தில் அடைய வேண்டுமானால் அதற்கான திட்டமிடல் தான் எண்ணத்தின் மிக அவசியமான பகுதி.

திட்டமிடல் என்பது விரும்பிய ஓர் இலக்கை அடைய எடுக்க வேண்டிய நடவடிக்கைகளைப் பற்றி நினைப்பது மற்றும் செயல் படுத்துவது. திட்டமிடல் ஒருவரின் நுண்ணறிவை அடிப்படையாகச் சார்ந்த செயலாகும். மேலும், திட்டமிடுதலுக்குக் கருத்துரு (Concept) திறன் மற்றும் உளவியல் அம்சங்கள் தேவை.

திட்டமிடல் என்பது விரும்பிய இலக்கை அடைய சாத்தியமான வழிகளில் சிந்திப்பதை உள்ளடக்குகிறது. இது ஒட்டுமொத்த நிறுவனக் கட்டமைப்பிற்குள் செயல்களின் வரிசையை வளர்ப்பதை உள்ளடக்குகிறது. திட்டமிடல் குறிக்கோள்களைக் தெளிவாகவும் குறிப்பிட்டதாகவும் ஆக்குகிறது. நல்ல திட்டமிடல் சிந்தனை, நினைவகம், கவனிப்பு, பகுத்தறிவு மற்றும் கற்பனை ஆகிய சக்திகளைப் பயன்படுத்த வேண்டும்.

எளிமையான சொற்களில் சொல்வதானால், திட்டமிடல் என்பதன் பொருள், என்ன செய்ய வேண்டும், எப்போது, எங்கு, எப்படி, யாரால் செய்ய வேண்டும் என்பதை முன்கூட்டியே தீர்மானிப்பதாகும். சரியான திட்டமிடல் இருந்தால், அதிக

அழுத்தம் கொடுக்காமல், இலக்கை சீராகவும் திறமையாகவும் அடைய முடியும்.

இன்னும் கொஞ்சம் உள்ளே சென்றால், கல்வித் திட்டமிடல் (Training Planning), தந்திரோபாயத் திட்டமிடல் (Tactical Planning), நிறுவனத் திட்டமிடல் (Institutional Planning), மூலோபாயத் திட்டமிடல் (Strategic Planning), செயற்பாட்டுத் திட்டமிடல் (Implementation Planning), நிதித் திட்டமிடல் (Financial Planning), மனித வளத் திட்டமிடல் (Human Resource Planning), முகாமைத்துவத் திட்டமிடல் (Departmentalisation) இவை எல்லாம் முடித்து, இந்தத் திட்டமிடல் சரியாக நடக்கிறதா என்று ஒரு மேலாண்மைத் திட்டமும் போட்டு விட்டால் வெற்றி நிச்சயம்!

கொஞ்சம் தலை சுற்றத்தான் செய்யும், வெற்றிக்கான குறுக்கு வழி உழைப்பு மட்டும் தானே!

◆

71 - தீர்வு

திட்டமிட்டு வேலைகள் செய்யும் பொழுது நாம் நினைப்பதெல்லாம் நடந்து விடாது.

தினந்தோறும் தேர்வு எழுதிக்கொண்டே இருக்கிறோம், ஒவ்வொரு நாளும் நமக்குள் பல கேள்விகளை 'நச்'சென்று நிறுத்திக் கொண்டே இருக்கிறது வாழ்க்கை. அதற்கு விடை தெரிகிறதோ இல்லையோ ஓடிக்கொண்டே இருக்கிறது காலம். வளர்ந்தோமோ இல்லையோ ஏறிக்கொண்டே இருக்கிறது வயது.

எல்லா உயிர்களும் இறக்கத் தான் போகிறது என்றாலும் இறப்பதற்காக மட்டுமே நாம் இங்கே பிறப்பதில்லை; இடைப்பட்ட காலத்தில் நன்றாக வாழ்ந்து விட்டுப் போவதே இந்த உயிரின் நோக்கம்! அதிலும், தன்னை விட உயர்ந்த ரக மனிதர்களை உருவாக்கிப் போவதே இந்தப் பிறப்பின் இரகசியம்!

அப்படி வாழ்கின்ற வாழ்க்கையில் தான் நாம் தினந்தோறும் எழுதும் தேர்வுகளும் அதற்கான தீர்வுகளும் தேவைப்படுகின்றன. எல்லாப் பிரச்சினைகளுக்கும் தீர்வு அதன் உள்ளேயே இருக்கும். இறைவன் மிகக் கருணை மிக்கவன், நமக்கு ஒரு பிரச்சினை வந்தால் அதே பிரச்னைக்கான தீர்வையும் அதற்குள்ளாகவே வைத்திருப்பானாம்! ஒவ்வொரு கனிக்குள்ளும் அதன் விதைகளை இயற்கை ஒளித்து வைத்தது போல, ஒவ்வொரு புதிருக்கும் அதன் விடையை அதற்குள்ளேயே புதைத்து வைத்திருக்கும் என்கிறது உளவியல்!

தேடுபவர்களுக்கு விடை கிடைக்கிறது, மற்றவர்களுக்கு தீராக் கேள்விகளின் நிராசைகள் வாழ்க்கையைப் புரட்டிப் போட்டு

விட்டதாகப் பராக்குக் காட்டுகிறது. உண்மையில் மூன்று விதமாக ஒவ்வொரு கேள்விக்கும் விடை கிடைக்கும்.

யோசித்துப் பார்த்தவுடன் சிலருக்கு விடை கிடைக்கும்; எப்போதும் அதைப் பற்றியே யோசித்துக் கொண்டிருந்தால் பொறி தட்டியது போல சிலருக்கு விடை கிடைக்கும்; எவ்வளவு யோசித்தும் விடை கிடைக்காமல் பைத்தியம் போல் அலையும் போது தானாகவோ அல்லது வேற்று நபர் மூலமாகவோ தீர்வு கிடைக்கும்.

இதை யோசித்தல், போகித்தல், யாசித்தல் என்று கூறுகிறது தமிழ் மனவளக்கலை.

உங்களின் ஒவ்வொரு தேடலையும் இது போலப் பரிசோதித்துப் பாருங்களேன். யோசியுங்கள், கிடைக்கவில்லையா அதைச் சதா சர்வ காலமும் மனதுள் போட்டு போகியுங்கள். அப்போதும் கிடைக்க வில்லையெனில் இயற்கையிடம் யாசியுங்கள். தீர்வு கிடைத்தால் இந்தப் பகிர்வைப் பகிருங்கள், கிடைக்கவில்லையென்றால் மீண்டும் ஒரு சுற்று யோசி-போகி-யாசி பண்ணுங்கள் -கண்டிப்பாகக் கிடைக்கும்.

இதை நவீன உளவியலும் ஒத்துக் கொள்கிறது. பிறகென்ன... பிரச்னைகளோடு ஒட்டிப் பிறந்த இரட்டைக் குழந்தையான தீர்வுகளைத் தேடித் தேடித் தீர்ப்போமா...

◆

72 - சும்மா இருப்பதே சுகம்

ஒன்றுமே செய்யாமல் சும்மா இருப்பதற்காகவே மாலத்தீவுகளுக்கு சுற்றுலா வரும் அயல் நாட்டுவாசிகளைப் பார்த்திருக்கிறேன். அந்தச் சுற்றுலா மேலாளர் யாராவது வேலை செய்வதைப் பார்த்தாலோ, புத்தகம் படிப்பதைப் பார்த்தாலோ அந்தப் பயணிகளுக்கு சில நூறு டாலர்கள் அபராதம் விதித்து விடுவார். போகட்டும் அவர்கள் ஆண்டு தோறும் உழைத்து விட்டு ஓய்வெடுக்க வருகிறார்கள்.

அது என்ன, ஒன்றுமே செய்யாமல் சும்மா இருப்பது? நடேசன் பார்க்கில் காலை பதினொரு மணிக்கு வரும் வேலையற்றவர்களின் பகல் போல அது நீளமானது.

நெடு நீர், மறவி, மடி, துயில் இந்த நான்கையும் அறவே தள்ளி வைக்கச் சொல்கிறார் வள்ளுவர். எதற்கு? வாழ்வில் உயர்வதற்கு, வானில் பறப்பதற்கு (தள்ளிப் போடுதல், மறதி, சோம்பல், பகல் தூக்கம்)

இந்திய குடியரசுத் தலைவருக்கும் நமக்கும் ஒரேயொரு ஒத்த வளம் இருப்பின், அது இந்த 24 மணி நேரம் தான். யாருக்கும் கூடவோ குறையவோ இல்லாமல் எல்லோருக்கும் சமமான வளத்தை வழங்கிய இயற்கையை மீறிய கடவுள் இங்கு வேறொன்றில்லை. அப்படியான நேரத்தை யார், எப்படி, எவ்வாறு பயன்படுத்திக் கொள்கிறார்களோ அவர்கள் அதன் படி உயர்கிறார்கள், அல்லது தாழ்கிறார்கள்.

இனிமேல் அவன் நேரம், நல்லா இருக்கான் என்று சொல்லாதீர்கள், அவன் நேரத்தை நன்றாகப் பயன்படுத்திக் கொண்டான் நல்லா இருக்கான் என்று சொல்லுங்கள்.

சரி நம்மிடம் 24 மணி நேரம் இருக்கிறது, அதை வைத்து என்ன செய்ய? உங்கள் கனவுகளுக்கான திட்டத்தை அந்த நேரத்தில் ஏற்றி விடுங்கள்!

உதாரணத்திற்கு, உங்கள் உடற்பயிற்சிக்கான திட்டத்தை வகுத்து விட்டீர்கள் என்றால், அதைப் பல பகுதிகளாகப் பிரித்துக் கொள்ளுங்கள்! நீங்கள் சீக்கிரமாக எழும் பழக்கம் உடையவரானால் அதை காலையில் ஒரேயடியாக செய்யுங்கள்; அல்லது கிடைத்திருக்கும் கால இடைவெளியில் பிரித்து வைத்து அதைச் செய்யுங்கள், வீட்டுக்குப் பக்கத்தில் இருக்கும் கடைக்கு வண்டியை எடுக்காமல் நடந்து போங்கள் என்று பல பயிற்சியாளர்கள் உங்களுக்குச் சொல்லி இருப்பார்கள்.

ஆனால் வாங்கிய காய்கறிப் பையை பைசெப்ஸ் டெவெலொப் செய்ய கீழிருந்து மேல் தூக்கிப் பயிற்சி செய்திருக்கிறீர்களா, தேநீர் இடைவெளியில் உங்கள் அலுவலக மாடிப்படிகள் எவ்வளவு என்று ஏறிப் பார்த்திருக்கிறீர்களா, இதெல்லாம் சும்மாப் பாசாங்கு அல்ல, 21 நாட்கள் தொடர்ந்து செய்தால் அது உங்கள் பழக்கமாகி விடுமாம்!

நீங்கள் சும்மா இருப்பதால், இந்த ஐந்து விருந்தாளிகளும் உங்களைச் சுற்றி வருவார்களாம்!

1. மன அழுத்தம்
2. கவலை
3. சிந்தனைத் திறன் குறைவு
4. செறிவு இழப்பு (Loss of Concentration)
5. ஞாபக மறதி

சும்மா இருப்பதன் மற்றொரு பக்க விளைவு, நாம் நேர்மறைச் சிந்தனைகளிலிருந்து எதிர்மறைச் சிந்தனைகளை நோக்கி நகர்வோம்.

இன்னொரு முக்கியமான குறிப்பு, நீங்கள் சும்மா இருப்பதால் உங்கள் வாழ்க்கையும் சும்மா ஒரே மாதிரி இருக்கும் என்று எண்ண வேண்டாம். இந்த உலகச் சுழற்சியில் நாம் மாறிக் கொண்டே இருக்க வேண்டும்; அதாவது, ஒன்று நாம் மேலேறி முன்னேற வேண்டும் அல்லது கீழே இருக்கும் நிலையிலிருந்து விழ வேண்டும்.

மேலே ஏற அசாத்திய முயற்சிகள் தேவைப்படும். அதே வேளையில் நீங்கள் சும்மா இருந்தால் உங்களுக்கு வீழ்ச்சி நிச்சயம்..

ஓடிக் கொண்டே இருந்தால் தான் நிற்கும் இடத்தில் நிற்கலாம்

◆

73 - நேரம்

இராகுகாலம், எமகண்டம், குளிகை, ஹோரை, வாரசூலை என்று ஒவ்வொரு நாளிலும், அமாவாசை, பௌர்ணமி, அஷ்டமி, நவமி என்று மாதங்களிலும் நேரம் நாள் பார்ப்பவரா நீங்கள்?

அதெல்லாம் பார்க்கக் கூடாது என்று பகுத்தறிவு வாதிகள் போல பேசமாட்டேன். ஆனால் ஒரேயொரு கேள்வி மட்டும், ஒரு முகவர் ஒரு கோடி ரூபாய்க்கு உங்களுக்குக் கொள்முதல் ஆணை தருகிறார்; ஆனால் இராகுகாலத்தில் தான் உங்களை வரச் சொல்கிறார் என்றால் என்ன செய்வீர்கள். இப்படிக் குதர்க்கமாகக் கேட்டால் என்ன செய்வது, நாம் வீட்டில் இருந்து கிளம்பும் நேரம் மேலே சொன்ன நேரமாக இல்லாமல் பார்த்துக் கொள்ள வேண்டியது தான் என்று நீங்கள் சமாதானம் சொன்னால், நீங்களும் என் கட்சி தான். எல்லோரும் ஏதேவொரு புள்ளியில் இணைய வேண்டும் தானே. எதிர்பாராத விபத்துக்களில் சிக்கிக் கொண்டிருப்போரை நேரம் காலம் பார்த்துக் காப்பாற்ற முடியுமா, என்ன?

ஆனால் அந்த நம்பிக்கையை குறை சொல்ல மாட்டேன், நம்பிக்கை நல்லது, எதன் மேலும், எவர் மீதும், நாம் வைக்கும் நம்பிக்கைகள் பொய்ப்பதில்லை. அவர்கள் தான் பொய்த்துப் போகிறார்கள். காதலித்தவர்கள் ஏமாற்றினால் கூட நம் காதல் உண்மையாக இருந்தால், 'போடா அந்த ஆண்டவனே நம்ம பக்கம் இருக்கான்' (இந்த மாதிரி ஆளிடமிருந்து காப்பாற்றினான்) என்று காலரைத் தூக்கி விட்டுக் கொண்டு கடந்து செல்ல முடியும்.

உண்மையில் நல்ல நேரம் என்பது உண்மை தான்! ஆனால் அது எல்லோருக்கும் பொதுவானது அல்ல, சீன நாட்காட்டி ஒரு வித்தியாசமான நேர அட்டவணையைப் பரிந்துரை செய்கிறது. விடிகாலை ஒரு மணியிலிருந்து இரண்டு இரண்டு மணி நேரங்

களாகப் பிரித்து, பனிரெண்டு நேர மண்டலங்களாகப் பிரித்து பனிரெண்டு இராசிக்காரர்களுக்கும் (எலி, எருமை, புலி, டிராகன், பாம்பு, குதிரை, ஆடு, குரங்கு, சேவல், நாய், பன்றி) நல்ல நேரமாக அடையாளம் காட்டுகிறது, இதுவும் ஒருவகைப் பொதுமை தான், இது வெறும் குறியீட்டுக்காக!

பண்டைய தமிழரின் நேர மேலாண்மை என்பது ஒவ்வொரு மனிதனுக்கும் ஒரு நாளில் ஒரு நான்கு மணி நேரம் உச்சம், அடுத்த நான்கு மத்திமம் (சமம்), அடுத்த நான்கு மணி நேரம் நட்பு, வேறொரு நான்கு மணி நேரம் நீச்சம், மிச்சம் எட்டு மணி நேரம் தூக்கம் என்று வகைப் படுத்துகிறது, இது நட்சத்திரக் காரர்களுக்கு என்று பொதுமைப் படுத்த முடியாது, ஆனால் ஒவ்வொருவருக்கும் தனித்துவமானது!

உங்களுக்கான உச்ச நேரம் எது என்பதை நீங்களே கண்டறியலாம். உங்கள் கடந்த காலத்தைத் திறந்து பார்த்தால் அதில் சில நேரங்களில் நீங்கள் நேரம் பார்க்காமல் வேலை செய்து கொண்டே இருந்திருப்பீர்கள், அல்லது அந்த நேரத்தில் உற்சாகமாக இருப்பீர்கள், அல்லது அந்த நேரத்தில் நீங்கள் எது செய்தாலும் நல்லதாக மாறும், அல்லது அந்த நேரத்தில் உங்களுக்குப் புதிய சிந்தனைகள் தோன்றி இருக்கும், அது தான் உங்களுக்கான உச்சமான நேரம். அந்த நேரத்துக்குள் நீங்கள் மற்ற நல்ல நேரங்களைப் பார்க்க வேண்டியதில்லை. அதே போல மத்திமம், நட்பு, நீச்சம் போன்ற மற்ற நேரங்களுக்கான பயன்பாடும் பரிகாரமும் புரிந்திருக்கும்.

அதிமுக்கியமான காரியங்களை உச்சத்திலும், முக்கியமான வேலைகளை நட்பிலும், கடமைகளை மத்திமத்திலும், நல்ல செலவுகளை நீச்சத்திலும் செய்தால் நீங்கள் ஓஹோ வென்று வருவீர்கள்.

இதைக் கண்டறிந்து உங்களின் கால அட்டவணையைச் சற்றே மாற்றிக் கொண்டால், எல்லா நேரமும் நல்ல நேரம் தா!

◆

74 - திக்கற்ற திசைகள்

தினமும் காலையில் எழுந்தவுடன் அன்றைய வேலைகள் பயமுறுத்துகின்றனவா? எதிர்காலத்தைப் பற்றிய பயம் ஒரு பந்து போல தொண்டையை அடைக்கிறதா? யாருமற்ற வீதியில் தனியாகச் செல்வது போல உணர்கிறீர்களா? குழந்தைகளின் சலனமற்ற தூக்கம் இவர்களுக்கு என்ன செய்யப்போகிறேன் என்று பரிதவிக்க விடுகிறதா?

கவலைப்படாதீர்கள், உலகில் முப்பது வயது முதல் நாற்பது வயது வரை நிரந்தர வேலை இருக்கும் அல்லது இல்லாத எண்பது சதவிகித மனிதர்களும் உங்களைப் போலவே இதற்கு உள்ளாகி யிருக்கிறார்கள், நீங்கள் தனியாக இல்லை.

இந்த மாதிரியான தருணங்களில் மனிதர்கள் இரண்டு விதமான முடிவுகள் எடுக்கிறார்கள் என்கிறது உளவியல், 'எதிர்த்து நில்' அல்லது 'ஓடு' இது மாதிரியான சமயங்களில் மனிதர்கள் இரண்டாவது தீர்வாக சாமியாராக மாற எத்தனிக்கிறார்கள். (புத்தரை எனக்கு மிகவும் பிடிக்கும், இது புத்தத்துக்கு எதிரான பதிவு அல்ல) எதிர்காலம் பற்றிய திட்டமிடுதல் இருக்கும் எவருக்கும் அல்லது தன் மீது நம்பிக்கை இருக்கும் எவருக்கும் முதல் வழி தான் ஆகச் சிறந்தது.

இதற்கு ஆத்ம யோகம் ஒரு தீர்வு வைக்கிறது, சொன்னால் என்னை ஆத்திகன் என்பீர்கள். உண்மையில் ஆன்மீகம் என்பதே சாமி நம்பிக்கை இல்லை. நம் மீது நாம் வைக்கும் நம்பிக்கை தான்! இன்னும் ஆழமாக சித்தித்தால் நம்பிக்கை தான் ஆன்மீகம், அது தான் ஆத்திகம். உண்மையான நாத்திகன் யாரையாவது சந்தித்தால் அவர்களது பயங்கள் பற்றிக் கேளுங்கள், உங்களுக்குப்

புரியும். எதையாவது வேண்டி அது கிடைக்காமல் போன விரக்தியில் நாத்திகனாகி இருப்பார்கள். அல்லது தன் உழைப்பை நம்புபவர்களாக இருப்பார்கள், நான் சொல்வதும் அவர்களும் செய்வதும் ஒன்று தான், நான் ஆத்திகம் என்கிறேன் அவர்கள் நாத்திகம் என்கிறார்கள். உண்மையில் நம்பிக்கை நல்லது!

ஏதோ ஒரு சக்தி நம்மைப் பார்த்துக் கொள்ளும் என்று நினைப்பதும், யாரோ எங்கிருந்தோ நம்மை இயக்குகிறார்கள் என்பதும் நம் பயத்தில் இருந்து நம்மை விலக்கி வைக்கிறது. இப்போது நாம் நம் எதிர்காலம் பற்றித் தீர்க்கமாக சிந்திக்க வைக்கிறது; நம்முடைய பாதையைச் சீரமைக்க அது உதவுகிறது; இலக்கை இப்படி இப்படி அமைக்கலாம் என்று திட்டமிட வைக்கிறது; உண்மையில் இந்த நம்பிக்கை நம்மை அழுத்தம் சார்ந்த நோய்களில் *(stress related diseases)* இருந்து தள்ளி வைக்கிறது என்கிறது உளவியல் மருத்துவம்

ஒரு நல்லது நடந்தால் அது தன்னிச்சையாக நடந்திருக்கலாம், தற்செயல் நிகழ்வாகக் கூட இருக்கலாம், அதை ஏன் கடவுளுக்கு நிகர் கொடுக்க வேண்டும். நியாயமான கேள்வி, அதை உன்னைக் கடந்து உனக்குள் இருக்கும் ஓர் ஆற்றலுக்குத் தான் நிகர் கொடுக்க வேண்டும்,

அந்த ஆற்றல் தான் சக்தி, அதைத் தான் வழிபடச் சொல்கிறார்கள் இறை நம்பிக்கையாளர்கள்; மற்றபடி சடங்குகளும் சாங்கியங்களும் வெற்றுச் சம்பிரதாயங்கள் தான். கோயில்களும் வழிபாட்டுத் தளங்களும் மனதை ஒருமுகப் படுத்தும் ஊடகங்கள்; மந்திரங்களும் உச்சாடனைகளும் அதன் வடிவங்கள், தியானமும் பயிற்சியும் அதன் படிமங்கள்!

ஆத்திகம், நாத்திகம் இரண்டையும் விடுங்கள், ஒரு கையில் உழைப்பு, மறு கையில் நம் மீதான நம்பிக்கை இரண்டையும் கெட்டியாகப் பற்றிக் கொண்டால் தானாக இறகுகள் முளைக்கும், திசைகள் தெரியும், மெல்ல பூமியை விட்டுப் பறக்கலாம், வானம் மிகப் பெரியது!

◆

75 - பட்டம்

பட்டம், வானத்தில் வண்ணமயமாகப் பறக்கும் பட்டாம் பூச்சிகளைக் கண்டு களிப்புறாத பால்யங்கள் இருந்திருக்கின்றனவா என்ன?

விண்ணில் காற்றின் விசையால் உந்தப்பட்டு மேலே பறக்கும் பொருள் பட்டம், அதோடு நம் மனத்தையும் இறுக்கங்களை விட்டு இலகுவாக்கி உயர அழைத்துச் செல்லும் வலிமை பட்டங்களுக்கு உண்டு, (இந்தியாவில் பொங்கல் நாளன்று குஜராத்தில் பட்டம் விடும் போட்டி நடைபெறும்; வானமே வண்ணத்துப் பூச்சியாக மாறும், ஆகாயத்தில் கலர் கலர்க் கோலமாக அழகாகத் தெரியும் அந்த நாள் கொள்ளை அழகு)

பறவைக்கும் பட்டத்துக்கும் உள்ள சிறு வேறுபாடு, பறவைக்கு பட்டத்துக்கு உள்ளது போல மாஞ்சா நூல் கட்டுப்பாடுகள் கிடையாது, மற்றபடி இரண்டும் வானத்தில் பறப்பவை.

இன்னொரு பட்டம் நாம் படித்து வாங்கிய படிப்புக்கான அங்கீகாரம், படிப்பதற்குக் கிடைத்த இந்த உலகத்துக்கானப் பயணச்சீட்டு, பறவை போல நாம் பறப்பதற்கான நுழைவுச் சீட்டு, சுறுக்கமாக பட்டம் இருந்தால் பறக்கலாம், தமிழனின் அறிவைப் பாருங்கள் பறப்பதும் பட்டம் தான், பறக்க வைப்பதும் பட்டம் தான்,

பட்டம் நினைக்குமாம், இந்த மாஞ்சாக் கட்டுப்பாடுகள் இல்லாமல் இருந்தால் இன்னும் உயரப் பறக்கலாமே என்று. அது போன்றதொரு மன நிலை தான் நம் அப்பாவோ உறவுகளோ நம்மைக் கட்டுப்படுத்தும் போதும் ஏற்படும், இந்தக் கட்டுப்பாடுகள் இல்லையென்றால் இன்னும் உயரத்துக்குப் போயிருக்கலாமே என்று நினைப்போம்.

ஆனால் உண்மையில் அந்த மாஞ்சா நூல் தான் உங்கள் காற்று நிர்மாணி. காற்றில் அளவையைச் சரியாகக் கணித்து உயரப் போகலாமா அல்லது கீழே இறங்க வேண்டுமா என்று தீர்மானிக்கும் இயந்திரமாணி. அந்தக் கயிறு இல்லையென்றால் எந்த மின்சாரக் கம்பியிலாவது தூக்கு மாட்டி தொங்கிக் கொண்டிருக்கும் கிழிந்த பட்டமாகி விடுவீர்கள். மாஞ்சாக் கயிறும் உறவுகளும் நம் பறக்கும் உயரத்துக்கான அளவுமாணி என்பதை உணர்ந்து கொள்ள வேண்டும்

இந்த மாஞ்சாக் கயிறு கட்டுப்பாடு இல்லாமல் பறக்க வேண்டுமானால், ஒரே ஒரு வழி தான் இருக்கிறது, அது பறக்கக் கற்றுக் கொள்தல், அதனால் சிறகுகளை வளர்த்துக் கொள்ளுதல்.

அதற்கு அவசியம் தினந்தோறும் படிக்க வேண்டும்; மனிதர்களை அவதானிக்க வேண்டும், படித்ததைக் குறித்து வைக்க வேண்டும்; அவதானித்த மனிதர்களை நம் களத்தில் பிரதி எடுக்க வேண்டும். அப்புறம் என்ன, மெல்லப் பறந்து பார்க்க வேண்டும்

உயிரில்லாதக் காகிதத்துக்குத் தான் மாஞ்சா நூல் தேவை, உயிர்ப்புள்ள சிறகுகளுக்கு கட்டுப்பாடுகள் தேவையில்லை.

படித்துப் படித்துப் பட்டம் வாங்கிப் பறப்போமா...

◆

76 - தொடர்புத் திறன்

தொழிலில் நம் வெற்றியைத் தீர்மானிப்பதில் மிகப் பெரிய பங்கு வகிப்பது Communication skills என்று சொல்லப்படுகிற தொடர்புத் திறன் தான்

முதலில் நமக்கு என்ன தேவை என்று நம்மிடம் பணி செய்வோருக்குப் புரியும் படி சொல்ல வேண்டும்.

இரண்டு, ஒரு வேலையை எப்படிச் செய்ய வேண்டும் என்று சரிவரச் சொல்லித் தருவது.

மூன்று, அதைச் சரிவர செய்கிறார்களா இல்லையா என்னும் பின்னூட்டத்தை அவர்களிடமே பகிர்வது.

நான்கு, நம் வாடிக்கையாளர்களிடம் நம் பொருளை அல்லது சேவையை சரிவரச் சொல்லிப் புரிய வைப்பது

ஐந்து, நம் பங்குதாரர்களான (!) முகவர், வங்கி, அரசு, என்று எல்லோருக்கும் புரியும்படி தொடர்பு கொள்வது.

ஆறு, நம் குடும்பத்துடன் நம் வேலையைச் சரிவர எடுத்துச் சொல்வது.

பொதுவாக, தொடர்புத் துறை பற்றி தெரிந்து கொண்டு ஒரு சிறிய பயிற்சியையும் மேற்கொள்ளலாம்:

1. எழுத்தின் மூலமான தொடர்பு
2. பேச்சு
3. வாய் மொழி அற்ற சைகை அல்லது ஊடக வாயிலான தொடர்பு
4. உணர்வு வழித் தொடர்பு

5. சூழல் சார்ந்த தொடர்புத் திறன்

ஏழு நல்ல தொடர்பு வழிகள், இவை இருந்தால் நாம் சொல்ல நினைத்ததை எதிரிக்கு எளிதாகக் கடத்தி விட முடியும்:

1. தெளிவான
2. சுருக்கமான
3. உறுதியான
4. சரியான
5. முழுமையான
6. மரியாதையான
7. ஒத்திசைவான

இவை ஏழும் இருந்தால் ஏன் எனக்கும் என் இணையருக்கும் சண்டை வருகிறது என்கிறீர்களா? உண்மை தான் பிணக்கம், பிணக்கத்துக்குப் பின்னாலான இணக்கம் தான் வாழ்வின் ருசி. ஆனால் தொழிலில் இது சரி வராது, முதல் ஷாட்டிலேயே கோல் அடிக்க வேண்டும்.

அப்போது தான் விசைக்கு ஏற்றபடி பந்து போல வானில் பறக்க முடியும்!

◆

77 - வாய்மையே வெல்லும்

உலகின் பெரிய சாதனைகளும் பெரிய நன்மைகளும் பெரிய நிகழ்வுகளும் எளிமையில் இருந்து தான் துவங்குகின்றன.

உலகின் ஆகப்பெரிய உண்மையே எளிமை தான்!

படாடோபங்கள் பயமுறுத்தினாலும், அலட்டல்கள் ஆர்ப்பாட்டம் காட்டினாலும், துள்ளல்கள் துயரமூட்டினாலும், கடைசியில் எளிமைதான் வெல்லும்; அதற்கான பொறுமையும் காத்திருப்பும் மிக மிக அவசியம்!

வாய்மையும் எளிமையானது தான். வாயில் வரும் மெய் அது தான் வாய்மை, அதற்காக யாரும் மெனக்கெடவே வேண்டாம், இயல்பாக அது வெளிவரும், பொய்க்குத் தான் சட்டைகளும், அரிதாரங்களும், முகமூடிகளும் தேவைப்படும்; உண்மைக்கு உதடுகள் மட்டும் போதும்!

பேசுவதற்கு யோக்கியன் போல தோன்றலாம், ஆனால் செயல் படுத்துவது மிக மிகக் கடினம். என் அனுபவத்தில் சொல்கிறேன், உண்மைக்குக் கிடைக்கும் விலை பொய்களுக்குக் கிடைப்பதில்லை. இன்றைக்குத் தாழ்ந்து போனாலும், அவன் உண்மையானவன் என்று தைரியமாக நாளை வர்த்தகம் வரும்; ஆனால் ஒரு பொய் அந்த வர்த்தகத்தின் மூலாதாரத்தையே அழித்து விடும்

உண்மை போல ஒரு பொய்யைக் கட்டமைப்பதில் இருக்கும் சிரமம், உண்மையைச் சொல்வதில் இல்லை; மேலும் ஒரு சிலுவை மூட்டையைச் சுமக்கும் கடப்பாடும் இல்லை, உண்மைகளைச் சொல்லும் போது மனசு லேசாகி வானத்தில் பறக்கும் அனுபவம் நிச்சயம்!

உண்மைக்குக் கிடைக்கும் வெகுமதி என்பது தொடர்ச்சி தான், 'அரசியல் பிழைத்தோர்க்கு அறம் கூற்றாகும்' என்பது போல 'தொழில் பிழைத்தோருக்கு வாய்மை உரமாகும்' என்று சொல்லலாம்.

நம் தமிழ் நாட்டின் இலச்சினையில் இருப்பதும் அது தான். தமிழும் வாய்மையும் வேறு வேறு அல்ல. தமிழ் வெல்லும்!

◆

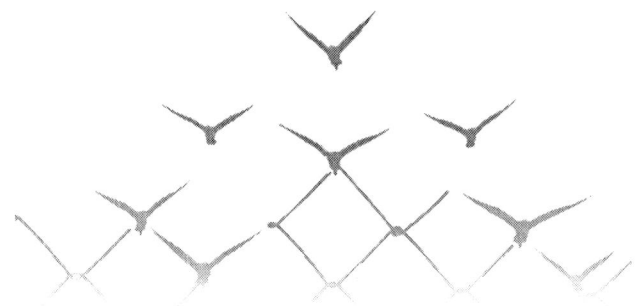

78 - உள்ளே வெளியே

உலகத்தின் பெரும்பான்மையான மனிதர்கள் இந்த 'உள்ளே வெளியே' விளையாட்டைத்தான் விளையாடிக் கொண்டிருக்கிறார்கள்.

மனதுக்குள்ளே நடப்பது உள்ளே விளையாட்டு, அதை நன்றாக உள்வாங்கிப் பதப்படுத்தி வெளியே நடத்திக் காட்டுவது வெளியே விளையாட்டு!

கனவு - எண்ணம் - செயல் என்கின்ற முக்கோண விளையாட்டின் மிக முக்கியமான பகுதி - இந்த 'உள்ளே வெளியே'

நம் கனவுகளுக்கு எண்ணம் மூலம் வண்ணம் கொடுத்து அதைச் செயல் வடிவம் ஆக்கி விட்டால் அது தான் வெற்றி! ஆனால் முக்கால் வாசி மனிதர்கள் இந்த உள்ளேவுக்குள் தங்கி விடுகிறார்கள். ஒன்று செல்ஃப் எடுக்காமல் தடைப் பட்டுப் போகிறார்கள்; அல்லது மேடை கிடைக்காமல் மங்கிப் போகிறார்கள், கிடைத்தும் முதல் தோல்வியால் துவண்டு போகிறார்கள். பின்னும் உழைக்காமல் பின்னுக்குப் போகிறார்கள், கிடத்ததைப் பிடித்துக் கொண்டு சுரங்கத்தையே பார்க்காமல் கரை ஏறி விடுகிறார்கள்.

உழைப்பு மட்டுமே ஒவ்வொரு மனிதனையும் வித்தியாசப்படுத்திக் காட்டும்.

நம் அலைபேசியும் அப்படித் தான்! நாம் கட்டை விரலால் நகர்த்தி நகர்த்தி ரீல் விட்டுக் கொண்டிருக்கிறோம்; சிலர் அந்த ரீலாக நம் முன் வாழ்ந்து கொண்டிருக்கிறார்கள்; இன்னும் சிலர் அந்த ஊடகங்களில் சாதனை படைத்துக் கொண்டிருக்கிறார்கள்.

நீங்கள் என்னவாக விரும்புகிறீர்கள்?

வெளியே நின்று வெறுமனே வேடிக்கை பார்க்கப் போகிறீர்களா? அல்லது சாதனைகள் படைத்து அந்த மேடையின் உள்ளே இடம் பெறப் போகிறீர்களா

நீங்கள் உள்ளேவா? வெளியாவா?

முதலில் முயலாமையின் ஓட்டை உடைத்துக் கொண்டு வெளியே வா! உழைத்து உழைத்து சாதனையாளர்களின் பட்டியலில் உள்ளே வா!

◆

79 - போதை

நாம் எல்லோருமே ஏதாவது ஒரு பழக்கத்துக்கு அடிமையாகி வாழ்க்கையை அதனுள் புதைத்துக் கொண்டிருக்கிறோம்

சிலருக்குப் புகை, சிலருக்கு மது, அப்புறம் மாது, பலருக்கு ஊடகங்கள், வேறு சிலருக்குப் புத்தகம், விளையாட்டு, இன்னும் சிலருக்குப் பேச்சே போதை தான்! புத்தகம் படிப்பதும் விளையாடுவதும் நல்ல பழக்கம் தானே, கெட்டப் பழக்கங்களோடு நல்ல பழக்கங்களையும் ஏன் போதை என்கிறோம்?

அளவு கடந்த எதுவுமே விடம் தான்! சரி பழக்கம் எப்படி போதை ஆகிறது?

ஒரு பழக்கம் விருந்தாளி போல உள்ளே வருமாம். அப்புறம் அந்த விருந்தாளி அடிக்கடி வந்தால் நன்றாக இருக்குமே என்று தோன்றுமாம்; அப்புறம் அந்த விருந்தாளி கூடவே இருக்க வேண்டும் என்று நினைக்க வைக்குமாம். கடைசியில் அந்த விருந்தாளி இல்லையென்றால் வாழ முடியாது என்று முடிவெடுக்க வைக்குமாம்.

உண்மையில் இந்தப் பழக்கங்கள் நம் மூளையில் ஓர் உற்சாகச் சுரப்பியை உற்பத்தி செய்கிறது, அதன் பெயர் டோபமைன், இந்த டோபமைன்கள் தான் விருந்தாளிகள். போதை என்பது ஒரு டோபமைன் உற்பத்தியாளன், அதன் வேதியியலைப் புரிந்து கொண்டால் எப்பேர்ப்பட்ட பழக்கத்திலிருந்தும் வெளி வந்து விடலாம்.

கெட்ட பழக்கங்கள் உடனடி டோபமைன்கள் (உற்சாகச் சுரப்பி) -உதாரணத்திற்கு புகைப் பிடித்தவுடன், மது உட்கொண்டவுடன்,

உடலுறவு அல்லது சுய இன்பம் செய்து கொண்டவுடன் இந்த உற்சாகச் சுரப்பி மூளையில் உற்பத்தியாகி ஒரு மன நிறைவை (*High*) உண்டாக்கி விடுகிறது, இதை ஒரு அத்தியாயம் என்று வைத்துக் கொள்ளுங்கள், இதை ஆங்கிலத்தில் *Dopamine Spike* என்கிறார்கள்.

அதன் பின் இந்த உற்சாகச் சுரப்பியின் அளவு குறைந்தவுடன் உடனே அந்தச் செயலை மீண்டும் செய்ய உங்களைத் தூண்டத் துவங்கிவிடும். இந்த வேதியியல் மாற்றத்தின் பிரச்னை என்னவென்றால் ஒவ்வொரு முறையும் அந்த மன நிறைவின் கால அளவு குறைந்து கொண்டே இருக்கும். அதாவது உங்களை பழக்கங்களின் அடுத்தடுத்த அத்தியாயங்களைப் படிக்க வைக்கும்.

அதனால் ஒரு சிகரெட்டில் அந்த மன நிறைவு கிடைக்காமல் அடுத்த சிகரெட்டைப் பற்ற வைக்கத் தூண்டும்; ஒரு லார்ஜில் நிற்காமல் இரண்டு, மூன்று என்று உங்களின் மது உட்கொள்ளும் அளவைக் கூட்டும், அதனால் இந்தப் பழக்கங்கள் அடிக்கடி உங்களைச் செய்யத் தூண்டுகின்றன. பிறகு மெல்ல அதன் அளவுகள் அளவுக்கதிமாகி உங்களை அடிமையாக்கி விடுகின்றன. இதை எதிர்மறை உற்சாகச் சுரப்பிகள் என்று வைத்துக் கொள்ளுங்கள், அப்படியானால் நேர்மறை உற்சாகச் சுரப்பிகள் என்ன?

எது உங்கள் புகழைக் கூட்டுகிறதோ, வேலையின் தரத்தை உயர்த்துகிறதோ, எது உங்களுக்கு அதிக வருவாய் ஈட்டித் தருகிறதோ, இப்படி உங்களின் சமூக நிலையை வலிமையாக்கும் எந்த ஒரு முயற்சியும் நேர்மறை உற்சாகச் சுரப்பி தான். இதை எப்படி அடையாளம் கண்டு கொள்வது எனில், இதில் கிடைக்கும் மன நிறைவின் கால அளவு உடனடியாகக் குறையாது, எப்போது நினைத்தாலும் உற்சாகம் தரும். ஆனால் திரும்பச் செய்யச் சொல்லித் தூண்டாது அல்லது அதற்கு நிறைய மெனக்கெட வேண்டியிருக்கும்.

எதிர்மறை போதையிலிருந்து இருந்து நேர்மறைச் சாதனைக்கு மாற என்ன செய்ய வேண்டும்?

◆

80 - நானா... நீயா...

நம் பழக்கம் போதையாகி விட்டது என்று தெரிந்தவுடன் என்ன செய்ய வேண்டும் (வெறும் மதுவும் புகையும் மட்டுமே போதை என்றில்லை, ரீல்ஸில் ரியல் டைமைத் தொலைப்பதும், சாமி படங்களில் பரவசமாவதும், ஓடிடியில் ஒட்டிக் கொண்டிருப்பதும் ஒரு வகை போதை தான்)

ஐயோ இது நம்முடன் ஒட்டிக் கொண்டு விட்டதே என்று பதறி, பயப்பட்டு, அழுது புரண்டு கவலைப்பட்டால், உடனடி டோபமைன்களைத் தேடத் துவங்கி விடுவீர்கள். அமைதியாக ஒரு இடத்தில், அதுவும் உங்களுக்கு மிகவும் பிடித்தமான இடத்தில் அமர்ந்து மெல்லச் சிந்தியுங்கள், இந்தப் பழக்கம் எதனால் வந்தது என்று.

கட்டாயத்தின் பேரில் வந்தது என்றால் விடுவது எளிது. அந்தக் கட்டாயத்துக்கான காரணிகளை நகர்த்தி விடலாம்.

ஒரு தோல்வியை மறக்கவோ அல்லது வெற்றியைக் கொண்டாடவோ ஏற்பட்ட பழக்கம் எனில் வேறு வேறு கொண்டாட்ட முறைகளைப் பயன்படுத்தலாம்,

சிலரை வசீகரிக்கப் பயன்பட்ட பழக்கம் எனில் அந்த மனிதரை மறந்து விடுவது உத்தமம்.

நமது அசூயைகளையும் அவமானங்களையும் மறக்கக் கையிலெடுத்த பழக்கம் எனில் கொஞ்சம் சிரமம், மெல்ல அந்த அவமானங்களுக்கு எதிராக சாதிக்க வேண்டும் என்கின்ற வைராக்கியத்தை வளர்த்துக் கொள்ள வேண்டும்.

எல்லா முயற்சிகளுக்கும் மேலாக 'தான்' என்கிற அகந்தையை வளர்த்துக் கொள்ள வேண்டும்.

என்ன நண்பரே எல்லோரும் ஈகோவை விட வேண்டும் என்று பயிற்சி கொடுத்துக் கொண்டிருக்கிறார்கள், நீங்கள் வளர்த்துக் கொள்ளச் சொல்கிறீர்களே என்றால், ஆம், போதைப் பழக்கத்தை விடுவதற்கு 'தான்' என்கிற அகந்தை தான் கை கொடுக்கும், கழிவிரக்கமும், சுயவிரக்கமும், பச்சாதாபமும் நம்மை அந்தப் பழக்கத்துக்கு மேலும் அடிமையாக்கும்.

சரி இப்போது 'நான் பெரியவன்' என்கிற மமதையை நமக்குள் வளர்க்கத் துவங்கி விட்டீர்கள், இப்போது உங்களுக்குள் இரண்டு நபர்கள் இருக்கிறார்கள், ஒன்று அகந்தை கொண்ட 'பெரிய பருப்பு'; இன்னொன்று போதைக்குத் தன்னை அடமானம் வைத்த 'கைப்புள்ள'!

இதில் யார் வெற்றி பெற வேண்டும் என்று நினைப்பீர்கள், பருப்புக்குத் தானே புரதம் அதிகம். போதைக்கே போதையேற்றி ஏமாற்றி வெளிவந்து விடலாம்.

இப்போது மெல்ல பழக்கங்களின் பிடியிலிருந்து வெளி வந்து சிறகை விரிப்பீர்கள் தானே...

◆

81 - வினையா... விளைவா...

ஒரு பக்கம் எதிர்மறைப் பழக்கங்களை விட்டொழித்தால்கூட, இன்னொரு பக்கம் நல்ல நேர்மறைப் பழக்கங்களை எப்படித் தொடர்ந்து செய்வது, ஏனென்றால் எப்போதுமே நேர்மறைப் பழக்கங்கள் நிறைய நேரத்தை உட்கொள்ளும், அதிகம் மெனக்கெட வேண்டியிருக்கும், அயராத உழைப்பைக் கொட்ட வேண்டியிருக்கும்.

இப்பொது நீங்கள் ஈகோவைத் தொலைத்து விட்டு ஒரு மாணவனாகி விட வேண்டும். மேலே சொன்ன மூன்றையும் செய்ய வேண்டும், அதிக நேரம் கொடுத்து மெனக்கெட்டு உழைக்க வேண்டி இருக்கும்.

அப்படிச் செய்தாலும் பலரை ஈர்க்க முடியாமல் சறுக்கி விழ வேண்டியிருக்கும். ஆனாலும் தொடர்ந்து செய்ய வேண்டும், அப்படிச் செய்ய அந்த வினையின் விளைவைக் கற்பனை செய்து கொள்ள வேண்டும். உதாரணத்திற்கு நீங்கள் ஓவியங்களில் சாதனை செய்ய விரும்பினால், உலகின் ஒப்பற்ற ஓவியம் ஒன்றை நீங்கள் வரைந்தால் உங்களை இந்த உலகம் எப்படிக் கொண்டாடும் என்று கற்பனை செய்ய வேண்டும் (மீண்டும் கனவு).

தினமும் உடற்பயிற்சி செய்தால், அலுவலகத் தோழி ஒரு ஹலோ சொல்லக் கூடும் என்றால் செய்வீர்கள் தானே. இது தான் விளைவைக் கனவு கண்டு வினை செய்தல், கிடைக்கப் போகும் வெகுமதியைக் கணித்து வேலை செய்தல்.

முதலில் சிரமமாகத் தான் இருக்கும்; அப்புறம் அதுவே பழகி விடும். எப்படி பல் முளைத்த காலத்தில் பல் துலக்குவது சிரமமாக இருந்ததோ, அப்படித் தான் இன்றைய சிரமங்களை நாளை யதார்த்தமாக செய்ய முடியும்.

ஒரு பழக்கம் எப்படி வழக்கமாக, வழமையாக உருமாருகிறது என்றால் உளவியலாளர்கள் கூறுவது 21 நாட்கள், அதன்பின் அது ஒரு தன்னிச்சையான அனிச்சை செயலாக உருவாகிறது, அதாவது உங்களை அறியாமலேயே அதை எந்தச் சங்கடமும் எந்த முயற்சியும் இல்லாமல், யதார்த்தமாகச் செய்யத் துவங்கி விடுவீர்கள் என்கிறார்கள்.

காசா பணமா, சும்மா ஒரு தடவை முயற்சி செஞ்சு தான் பாருங்களேன்...

மேலே உயரே சந்திக்கலாம்!

◆

82 - மௌனம்

ஓராயிரம் வார்த்தைகள் சொல்லாததை ஒரு மௌனம் சொல்லி விடும் என்று ஒரு கவிதை படித்த ஞாபகம். எவ்வளவு உத்தமமான வார்த்தைகள், மௌனம் என்பதே ஒரு மொழி தானே. எவ்வளவு கேள்வி கேட்டாலும் எப்போதும் சண்டை போடும் மனைவி மௌனமாகவே இருந்தால் அள்ளு விடும் தானே, அழுது கொண்டே இருக்கும் குழந்தை அழ வேண்டிய தருணத்தில் மௌனமாய் இருந்தால் பதறிப் போவோம் தானே!

மௌனம் எதோ ஒரு செய்தியைச் சொல்லிக் கொண்டே இருக்கிறது. அபரிமிதமான கோபம், படுத்தும் நோய், அடர்த்தியான இயலாமை, அடங்காத வேலையாட்கள், கட்டுக் கடங்காத ஆற்றாமை, எண்ணிலடங்கா சோகம் வரும் பொழுதுகளில் மௌனமாகி விடுகிறோம் தானே!

ஆனால் இது ஒரு சிகிச்சை முறை என்கிறது உளவியல் மருத்துவம், மௌனமாக இருப்பதன் மூலம் அதிகரிக்கும் ஆரோக்கியமும், மன அழுத்தக் குறைவும், சிறந்த மனச் செயலாக்கமும் கிடைக்கும் என்கிறது.

உங்கள் கவனக் கூர்மையும், அறிவுச் செறிவும், செயல் திறனும் அதிகரிக்கும் என்கிறார்கள் உளவியல் மருத்துவர்கள். அமைதியாக இருப்பதன் மூலம் தன்னைப் பற்றிய பிறரின் எண்ணங்களைக் கட்டுப்படுத்த முடியும். அது ஒரு தியானம் என்று சொல்வேன் நான்

எதிரி எவ்வளவு திட்டினாலும் அமைதியாக இருந்து பாருங்கள், அது உங்களின் ஆளுமையைக் கூட்டும்; உங்களை முதிர்ந்த நடத்தை உள்ளவர்களாக மற்றவர்களை நினைக்க வைக்கும்.

பிரச்னைகள் வரும் போதும் ஆர்ப்பரிக்காமல், அலையாமல் அமைதியாக இருந்து பாருங்கள், அந்தப் பிரச்னைகளுக்குள்ளே இருக்கும் தீர்வுகள் புலப்படும்.

1. உங்களுக்குள் இருக்கும் உங்களை நீங்களே உற்றுப் பார்க்கும் வெளியை வழங்குகிறது மௌனம்.
2. மற்றவர்கள் சொல்வதை அமைதியாகக் கேட்பதன் மூலம் மிகக்கூர்மையான கேள்வி ஞானம் பெருகும்.
3. மௌனமாக இருப்பதன் மூலம் உங்கள் உணர்ச்சிகளையும் எண்ணங்களையும் கட்டுப்படுத்த முடியும், மடைமாற்ற உதவும், மாற்றக் கூட இயலும்.
4. இவை எல்லாவற்றையும் செய்வதன் மூலமாக சுய விழிப்புணர்வு, மனம் இலகுவாதல் உள்ளார்ந்த அமைதி கிடைப்பதற்கான எல்லா சாத்தியக்கூறுகளும் இருக்கின்றன.

நாம் மௌனமாவோம், மனம் பறக்கட்டும்.

◆

83 - ஞாயிற்றுக் கிழமைகள்

சிறு வயதில் ஞாயிற்றுக்கிழமைகள் மிகுந்த மகிச்சியைத் தரும். பனியில் நனைந்த பறவைகள் ஞாயிறைப் பார்த்தவுடன் ஒரு சிலிர்ப்பு சிலிர்க்குமே அது போல பரவசத்துக்குச் சொந்தமான நாள் ஒன்று உண்டென்றால் அது ஞாயிற்றுக்கிழமை தான்.

பள்ளிக் காலங்களில், மெல்ல எழுந்து, மெல்லக் குளித்து, மெல்ல உண்டு, மெல்லக் களித்தால் ஞாயிற்றுக்கிழமைகள் கரைந்து போய்விடும், அப்புறம் அதை எப்படிக் கை நழுவ விட்டோம் என்று யோசித்துக் கொண்டிருந்தால் இரவின் மடித் தாலாட்டும் காலியாகி திங்கட்கிழமைகளின் வீட்டுப் பாட சமர்ப்பிப்பில் காலாவதியாகிக் கொண்டிருப்போம்.

கல்லூரிகளில் நண்பர்களுடன் டாப்படிப்பதில் காணாமல் போகும் ஞாயிற்றுக்கிழமைகள் வேலைக்குச் சேர்ந்த பின் துவைத்தலிலும், அடைதலிலும், அடுத்த வாரத் திட்டமிடுதலிலும் கலைந்து போய்விடும். தொழில் முனைவோருக்கு ஞாயிற்றுக் கிழமை என்பது இன்னொரு கிழமை மட்டும் தான்.

உண்மையில் ஞாயிற்றுக் கிழமை ஏன் விடுமுறை அளிக்கப் படுகிறது, அன்று என்ன தான் செய்ய வேண்டும், எல்லாக் கிழமை களும் போல் அன்றும் உழைக்க வேண்டுமா அல்லது அன்று நல்ல ஓய்வெடுத்து விட்டு மீண்டும் ஓட வேண்டுமா, உங்களுக்கும் இந்தக் கேள்வி பிறந்திருக்கும் தானே?

வரலாற்றுச் சுவடுகளில் ரோமானியர்கள் தான் ஞாயிற்றுக்கிழமை லீவு வேண்டும் என்று போராடி கான்ஸ்டன்டைன் என்னும் மன்னனிடம் விடுமுறை பெற்றிருக்கிறார்கள் (கி.பி.321).

ஆனால், உண்மையில் ஞாயிற்றுக் கிழமைகள் தான் நாம் வாழ்வதற்கான நாட்கள். ஓடிக்கொண்டே இருக்கும் பொழுதுகளில் நம் வாழ்வை நாம் அசை போடுவதே இல்லை.

உண்மையில் வாழ்தல் என்பது நாம் என்ன செய்கிறோம் என்கிற பிரக்ஞையோடு செயல்படுவதே. வாழ்க்கை என்பது பணத்தைத் துரத்தி ஓடுவதோ, பதவியைத் துரத்து ஓடுவதோ, இன்பத்தைத் தேடி ஓடுவதோ அல்ல, நின்று நிதானமாக நாம் செய்கின்ற செயல்களை கிரகித்து, இரசித்து உணர்ந்து செய்வதே ஆகும்.

ஞாயிற்றுக் கிழமையின் இதமான அதிகாலை நேரம் எழுந்து குளித்து சென்ற வார வாழ்க்கையை அசை போடுங்கள். செய்த தவறுகளும், செய்யாத முடியாத செயல்களும், திட்டமிட்டு நடக்காத நிகழ்வுகளும், எதிர்பாராத தருணங்களும், வெகுமதிகளும் மெல்ல நம்மைக் கடந்து போக அனுமதியுங்கள். அடுத்த வாரத்திற்கான திட்டங்களையும் நடந்து விடுவதாகக் கனவு காணுங்கள்.

மெல்ல எல்லாக் காரியங்களும் மெல்லக் கை கூடும். அதில் பெரிய மகிழ்ச்சி உண்டாகாமல் அடுத்தடுத்த திட்டங்கள் போட்டுக்கொண்டே போகும் வாய்ப்புகள் கிடைக்கும்.

செயற்கரிய செயல்களைச் செய்த மகிழ்ச்சியும், கிட்டாமல் போன வெற்றியும் உங்களைப் பாதிக்காமல் மெல்ல விலகிச் செல்லும். புதிய புதிய உற்சாகங்கள் உங்களை வந்தடையும் அது ஒரு மோன தவம் என்று உங்களுக்குப் புரியும் போது ஞாயிற்றுக் கிழமைகள் உங்களைப் பார்த்துப் புன்னகைக்கும்.

◆

84 - விடாமுயற்சி

விடா முயற்சி விஸ்வரூப வெற்றி என்பதிலெல்லாம் எனக்கு நம்பிக்கை இல்லை.

முயற்சி திருவினையாக்கும் வரைக்கும் ஓகே, ஆனால் விடா முயற்சி என்கிற பெயரில் சரியாக வராத ஒன்றைத் தொங்கிக் கொண்டே இருந்தால், அது ஒடிந்து நீங்களும் கீழே விழுந்து விடுவீர்கள்.

ஒரு முயற்சி எடுக்கிறீர்கள் என்றால் அதைப் பற்றி முழுமையாக சிந்தித்து விட்டு அதன் சாதக பாதகங்களை ஆராய்ந்து தான் அந்த முயற்சியை எடுப்பீர்கள் (எண்ணித் துணிக கருமம்). ஆனால் ஏதோ ஒரு காரணத்துக்காக அது கைகூடவில்லை என்றால், அதையே பிடித்துக் கொண்டு எப்படியாவது அதைச் சாதித்து விடுவேன் என்று அதிலேயே உழன்று கொண்டிருந்தால் நேர விரயமும், பணச்செலவும், ஆற்றல் குறைபாடும் ஆகிக் கொண்டே இருக்கும்.

எதனால் அந்த முயற்சி கைகூடவில்லை என்று வேண்டுமானால் நேரம் செலவழித்து ஆய்ந்து கொள்ளலாம், அடுத்த முயற்சிக்கான ஆயத்த வேலைகளில் அது உதவியாக இருக்கும்.

உழைப்பு தன் மெய் வருத்தக் கூலி தரும் என்பது உண்மை தான். ஆனாலும் ஒரு கைவண்டி இழுப்பவரால் நாள் தோறும் என்ன சம்பாதித்து விட முடியும், அங்கே விடா முயற்சி என்று இழுத்துக் கொண்டே இருந்தால் என்ன கிடைக்கும்?

ஆனால் கைவண்டி இழுப்பதைத் தவிர அந்தத் தொழிலாளிக்கு என்ன தெரியும், யோசித்துப் பார்த்தால் திறன் வளர்ச்சி என்பதும் நம் வருவாய்க்கும் இருக்கும் தொடர்பு மெல்லப் புரிகிறது தானே.

அப்படியானால், விடா முயற்சி என்பது வெறுமே செய்து கொண்டிருப்பதையே திரும்பத் திரும்பச் செய்வதல்ல; நம் திறனை வளர்த்துக் கொண்டு அந்த வேலையைத் திரும்பச் செய்வது அல்லது திறமைக்குத் தகுந்தாற்போல் அந்த முயற்சியை மாற்றிச் செய்வது அல்லது திறமையை வளர்த்துக் கொண்டு வேறு ஏதுவான முயற்சியைக் கையாள்வது.

இப்போது ஒரு புரிதல் வருகிறது, திறனை வளர்த்துக் கொள்வதில் விடா முயற்சி வேண்டும், ஒரு வேலை சரியாக வரவில்லை என்றால் அதை உடனே விட்டு விட்டு அதை விட உயர்ந்த வேலையைச் செய்வதற்கான பயிற்சியை மேற்கொண்டு அதற்கு முயல வேண்டும்,

மொத்தத்தில் முயற்சி வேண்டும் - பறக்க; விடா முயற்சி வேண்டும் - அதைக் கற்றுக் கொள்ள!

◆

85 - பட்டுக்கோட்டை கல்யாணசுந்தரம்

"திட்டம் போட்டுத் திருடுற கூட்டம் திருடிக்கொண்டே இருக்குது
அதைச் சட்டம் போட்டுத் தடுக்குற கூட்டம் தடுத்துக்கோண்டே இருக்குது"

கல்லூரிக்காலத்தில் அவரை வைத்து ஒரு பட்டிமன்றமே நடத்திய பின் தான் அவருடைய பாடல்களைக் கூர்ந்து கவனிக்கத் துவங்கினேன். இந்தப் பாடலில் சமூகக் கருத்துக்களை எல்லாம் தாண்டி ஒரு வணிகச் செய்தி இருக்கிறது.

திட்டம் போட்டால், ஒரு திருட்டையே வெற்றிகரமாக நடத்தி விட முடியுமானால் ஒரு வணிகத்தை ஏன் திட்டம் போட்டு நடத்தி வெற்றி பெற முடியாது, அப்படியானால் இந்தத் திட்டம் என்பது என்ன, அதை எப்படிப் போடுவது, அதில் கவனிக்க வேண்டிய அளவுருக்கள் (Parameters) என்னென்ன, திட்டம் போட்டால் மட்டும் போதுமா, அதை எப்படி நிறைவேற்ற வேண்டும், அதில் உள்ள சிக்கல்கள் என்ன இப்படிப் பல கேள்விகள் வருகிறது தானே?

எல்லாத் திட்டங்களிலும் ஐந்து மிக முக்கியமான அம்சங்களைக் குறித்து உங்களிடம் பதில் இருக்க வேண்டும், அது என்ன திட்டமாக வேண்டுமானாலும் இருந்து விட்டுப் போகட்டும்:

1. நோக்கம்
2. பலம், பலவீனம், வாய்ப்புகள், அச்சுறுத்தல்கள் (SWOT Analysis)
3. நிதி ஒதுக்கீடு
4. கால நிர்ணயம்
5. திட்டத்தின் செயல்பாடுகள் மற்றும் அதன் மதிப்பீடுகள்

எண்ணித் துணிக கருமம் என்று இந்தத் திட்டம் போடுவதைப் பற்றித் தான் பேசுகிறார் திருவள்ளுவர்

வணிகம் சார்ந்த திட்டம் என்றால் அந்த வணிகம் செய்வதன் நோக்கம் உங்களால் முழுவதுமாக உள்வாங்கப்பட்டிருக்க வேண்டும், அந்த வணிகம் செய்ய நம்முடைய பலம் என்ன பலவீனம் என்ன என்று தெரிந்து வைத்திருப்பதோடு, அந்த வணிகத்துக்கு என்னென்ன வாய்ப்புகள் உள்ளன; அல்லது அச்சுறுத்தல்கள் என்னென்ன என்பதை ஆய்ந்து வைத்துக் கொள்ள வேண்டும். அதன் மூலமாக அதைச் செய்யலாமா வேண்டாமா என்பதைக் கூட திட்டமிட முடியும்,

வணிகத்துக்கான நிதித் தேவையும் (முதலீடு, அதைச் செயல்படுத்தத் தேவைப்படும் மூலதனம்), அதன் பிறகு அந்தத் திட்டத்தைச் செயல்படுத்த ஒவ்வொரு செயலுக்குமான கால நிர்ணயம், பின் அந்தத் திட்டத்தைச் செயல்படுத்திய பின் ஒவ்வொரு செயல்பாட்டையும் உற்றுக் கவனித்து அதை மதிப்பீடு செய்து சரியாகத் தான் போய்க் கொண்டிருக்கிறோமா என்னும் பின்னூட்டம் மிக முக்கியம்.

எந்த இடத்தில் வேண்டுமானாலும் பின் வாங்கலாம்; ஆனால் செய்து விட்டுப் பின்வாங்கினால் அடி பலமாக இருக்கும். திட்டத்திலேயே ஓட்டைகள் புலப்பட்டுவிட்டால் ஒரு பைசா செலவில்லாமல் பின் வாங்கி விடலாம்.

அதற்காக திட்டம் போட்டு திட்டம் போட்டு செயல் படுத்தாமலேயே பின் வாங்கிக் கொண்டிருந்தால் வாரன் பஃபே சொல்வது போல ஆபத்துகளை எதிர்கொள்ளாத ஆபத்துக்குள் சிக்கி விடுவீர்கள்.

சரி, குறைந்த ஆபத்துகளில் ஆபத்துதவிகளுடன் களமிறங்குவது எப்படி?

◆

86 - வாய்ப்புச் செலவு

திட்டமிடும் போது குறைந்த ஆபத்துக்களுடனும் ஆபத்துத விகளுடனும் களமிறங்குவதற்குத் தேவையான சில மூலோபாய உத்திகளில் முதன்மையானது இந்த வாய்ப்புச் செலவு.

ஆங்கிலத்தில் *Opportunity Cost* எனப்படும் இந்த வாய்ப்புச் செலவு என்பது ஒரு முடிவைத் தேர்ந்தெடுக்கும் போது அதற்கு அடுத்தபடியான முடிவை எடுத்திருந்தால் கிடைத்திருக்கக்கூடிய பலன் தான்.

இந்தப் பலனை உதறித் தள்ளிவிட்டுத் தான் நீங்கள் உங்களுடைய முடிவை எடுத்திருக்கிறீர்கள், அப்போது அது நீங்கள் செய்யாமல் செய்யும் செலவு ஆகும்.

இந்தச் செலவை விட நீங்கள் எடுத்த முடிவு அதிக பலன் தரக்கூடியதாக இருக்கும் பட்சத்தில் ஆபத்துகள் குறைவு, இந்தச் செலவை விட நீங்கள் எடுத்த முடிவு கூடிய பலன் தர வல்லதாக இல்லாத பட்சத்தில் ஆபத்துகள் அதிகம்

ஆகவே முடிவுகள் எடுக்கும் தருணத்தில் உங்கள் முடிவுகளின் கீழே இருக்கும் இரண்டு அல்லது மூன்று முடிவுகளுக்கு இந்த வாய்ப்புச் செலவைக் கணித்து உங்கள் முடிவு எந்த விதத்தில் தரம் உயர்ந்தது என்பதை நிர்ணயித்துக் கொள்ளுங்கள். சில சமயங்களில் நீங்கள் எதுவுமே செய்யாமல் இருந்தாலே உங்களுக்கு லாபம் தான்.

எப்படி என்கிறீர்களா, நீங்கள் செய்யும் செயல் ஒவ்வொன்றிலும் ஒரு செலவு தொக்கி நிற்கும், அந்தச் செயலில் லாபமே இல்லை என்றால் செலவு உங்களுக்குப் பின்னடைவைத் தரும் தானே, அதற்கு அந்தச் செயலைச் செய்யாமல் இருந்தாலே உங்களுக்கு லாபம் தானே

வாய்ப்புச் செலவைக் கணக்கில் எடுத்துக் கொண்டு செயல்படும் திட்டங்களில் இடர்கள் குறைவு, அதை மீறி இடர்கள் வந்தால் பறவைகள் போல அதைத் தாண்டுவது எப்படி?

◆

87 - இடர் கண்டறிதல்

ஒரு திட்டம் செயலாக்கப் படும் போது அதில் வரும் இடர்களை முன்கூட்டியே கணித்து, அந்த இடர்களுக்கான தீர்வையும் முன்வைத்துக் கொண்டு களம் இறங்கினால் 'எண்ணித் துணிக கருமம்' முழுமையாக இருக்கும்.

ISO 31000 ல் வரையறுக்கப் பட்ட இடர்கள் இரு பக்க விளைவுகள் கொண்டவை, இடர்கள் நேர்மறை விளைவுகளையும் எதிர் மறை விளைவுகளையும் தர வல்லவை என்று அந்தத் தர நிர்ணயம் சொல்கிறது, எனவே இந்த இடர் கண்டறிதல் என்பது நீங்கள் கட்டியமைக்க விரும்பும் நிறுவனத்திற்கும் அதன் செயலாக்கத்துக்கும் அடித்தளம்

★ இடர்களைக் கண்டறிதல்

★ மதிப்பிடுதல்

★ தவிர்க்க உதவும் உபாயங்கள் (எதிர் மறை இடர்கள்)

★ முன்னுரிமை அளித்தல் (நேர்மறை இடர்கள்)

இப்படி வரிசைப் படுத்தப் படும் இடர் மேலாண்மைச் செயலாக்கம் ஒரு தொழிலுக்கான நிச்சயமற்ற தன்மையை ஒருவாறு கணித்து நிலையான பலன் தரக்கூடிய இடத்திற்கு அழைத்துச் செல்லக் கூடும்.

அதிமுக்கியமான இடர்கள் தரக்கூடிய சுற்றுச் சூழல்களைத் தெரிந்து வைத்துக் கொள்வது முக்கியமானது

★ பணித்திட்டத் தோல்விகள்

★ நிதிச் சந்தைகள்

★ சட்ட ரீதியான பொறுப்புகள்
★ கடன் இடர்கள்
★ இயற்கைச் சீற்றங்கள்
★ விபத்துகள்
★ எதிரிகளால் ஏற்படும் தாக்குதல்கள்
★ தொழில்நுட்ப மேம்பாடுகள்
★ சுற்றுச் சூழல் மேலாதிக்கம்
★ தர நிர்ணயம்

சரி இடர்களைக் கண்டறிந்தாகி விட்டது, அதைக் களைவது எப்படி?

◆

88 - இடர் மேலாண்மை

இடர் மேலாண்மை என்பது, கணித்து வைத்திருக்கும் இடர்களை எப்படி எதிர் கொள்ளப் போகிறோம் என்பது தான்!

பணித்திட்ட மேலாண்மை, பாதுகாப்பு, பொறியியலாக்கம், தொழிற்துறை செயலாக்கங்கள், நிதி செயல்பாடுகள், புள்ளியியல் மதிப்பீடுகள் அல்லது பொது உடல்நலம் மற்றும் பாதுகாப்பு ஆகியவற்றில் எந்த சூழலில் பயன்படுத்தப்படுகின்றது என்பதைப் பொருத்து, இடர் மேலாணமையின் முறைகள், வரையறைகள் மற்றும் குறிக்கோள்கள் ஆகியவை பரவலாக வேறுபடுகின்றன.

ஒரு இடர் பொதுவாக மூன்று வழியில் பாதிப்பை ஏற்படுத்தலாம்:

1. செயல் கோப்பு மாற்றம் (Scope change)- செயல் கோப்பு மாற்றம் ஏற்படும்போது இருக்கின்ற செயல்களில் சில செயல்களை செய்யமுடியாமல் போகலாம்

2. கால நிறை மாற்றம் (Schedule) - கால நிறை மாற்றத்தால் திட்டமிட்ட நேரத்தில் செயல்களை முடிக்கமுடியாமல் போகலாம்.

3. பொருள்/பண மதிப்பு மாற்றம் (Cost)- மதிப்பு மாற்றத்தால் திட்டமிட்ட செலவிற்குள் முடிக்கமுடியாமல் போகலாம்.

இடர் மேலாண்மை அல்லது இடர் முகாமைத்துவம் என்பது ஒரு கிரிக்கெட் விளையாட்டுப் போன்றது, ஒவ்வொரு பந்தையும் எப்படி அடிக்கப் போகிறோம் என்பதுதான் இந்த இடர் மேலாண்மை விளையாட்டு:

1. பந்து வீச்சாளரைச் சந்திக்கக் கடினமாக இருந்தால் எதிரில் இருக்கும் நான்-ஸ்திரைக்கருக்கு சிங்கிள் எடுத்து வாய்ப்பை மாற்றி விடுவது போல் இடர்களை மற்றொரு தரப்பினருக்கு மாற்றி விடுதல் *(Risk Transfer)* - இடர் பகிர்தல்

2. திறமைகளை வளர்த்துக் கொண்டு பந்துகளை அடித்து ஆடுவது *(Risk Acceptance)* - இடர் ஏற்றுக் கொள்தல்

3. பந்துகளின் வேகத்தைக் கணித்து முன்னேறி வந்தோ அல்லது பின்னால் போயோ அடித்து ஒன்று இரண்டு ரன்களுக்காக ஆடுவது *(Risk Mitigation)* - இடர் பகிர்தல்

4. பந்துகளைத் தவிர்ப்பதற்காக அடிபட்டது போல நடித்து வெளியேறி பின் சாதாரண பந்து வீச்சாளர் வரும் போது மறுபடி வந்து ஆடுதல் *(Risk Avoidance)* - இடர் தவிர்த்தல்

இதற்கெல்லாவற்றுக்கும் மேலாக வாய்ப்புள்ள இடங்களில் காப்பீடு உறுதி செய்து கொண்டு ஒரு செயல் திட்டத்தை வடிவமைத்தாலே பாதி இடர்கள் வந்த வழியே ஓடிவிடும்

◆

89 - ஆட்டம்

'இல்லாமையின் கனம் அதிகமாகும் போது சிறகடிக்க விரும்புவதில்லை மனம்' எப்போதோ எழுதிய கவிதை இன்னும் உயிர்ப்போடு இருக்கிறது

ஆனால் உண்மையில் இல்லாமையின் கனம் அதிகரிக்கும் போது உண்மையில் நாம் தூக்கிக் கொண்டிருக்கும் சுமைகள் இல்லாமல் ஆகத்தானே செய்கிறது, நம்மிடம் இழப்பதற்கு ஒன்றும் இல்லை எனும் போது தானே நாம் காற்றைப் போல இலகுவாகிறோம், அப்போது பறந்தால் பறத்தலும் எளிது தானே!

நம்மிடம் இருப்பது ஒரே ஒரு வாழ்க்கை, அதில் எப்படி வாழ வேண்டும் என்று தீர்மானிப்பதும் நாம் தான். விழுந்து விட்டோமே என்று அங்கலாய்ப்பதை விட்டு விட்டு எழுந்து நடந்தால் நலம். ஓடி வீடடைந்தால் பலம், சிறகு விரித்துப் பறந்தால் சீலம்

இலக்குகள் எவ்வளவு முக்கியமோ அதே அளவு அவற்றை அடைய நாம் போடும் திட்டங்கள், அந்தத் திட்டங்களின் இடர்களைக் கண்டறிந்து அவற்றைக் களைந்து இலக்குகளை அடைய நாம் நெடுந்தூரம் பயணம் செய்யத்தான் வேண்டி இருக்கும். அந்தப் பயணக் களைப்பு நம்மை பாதியிலேயே துன்புறுத்தும், திரும்பி விடலாமா என்று யோசிக்க வைக்கும், போதும் இந்தத் தலைவலி என்று அறிவுறுத்தும், திரும்பி ஓடி ஆறுதல் மண்டபத்துக்குள் ஒளிந்து கொள் என்று நிர்ப்பந்திக்கும்.

ஆனால் இந்த மண்டைக் கழுவலில் இருந்து தப்பித்து, இலக்கு இல்லையேல் திரும்புவதில்லை என்று அடித்து ஆடினால் தான் வெற்றி நிச்சயம்! இல்லையெனில், இந்த உலகத்தின் கோடானு கோடி தோல்வியாளர்களின் பட்டியலில் இடம் பெற

வேண்டியிருக்கும். மந்தையாடுகளோடு இருப்பதும் மகிழ்ச்சி தான், என்ன ஒன்று மேய்ப்பர்களின் சொல் பேச்சுக் கேட்க வேண்டியிருக்கும்.

ஆட்டம் கானப் போகிறோமா, ஆட்டம் காணப் போகிறோமா, ஆட்டம் ஆடப் போகிறோமா?

வெற்றியாளர்களை வெறுமனே வேடிக்கை பார்க்க வேண்டுமா அல்லது மற்றவர்களுக்கு வெற்றிக் கதைகளைச் சொல்ல வேண்டுமா?

"கான முயலெய்த அம்பினில் யானை

பிழைத்தவேல் ஏந்தல் இனிது"

இது அடித்து ஆட வேண்டிய ஆட்டம்!

◆

90 - குருமூர்த்தி

தொழிலில் முன்னேறுவது என்று நீங்கள் நினைத்து விட்டால் நீங்கள் படிக்க வேண்டிய மிக முக்கியமான புத்தகம் பன்னிரண்டாவது படிக்கும் போது பயன்படுத்திய தமிழ் நாட்டுப் பாட நூல் கழகத்தின் வரவு - செலவுக் கணக்கியல் பாடம் *(Accountancy Book)*

அறிவியல் வகுப்புகளால் பிரிந்து போனாலும், ஒரு நாள் அறிவியல் ஆசிரியர் வராததால் வணிகவியல் ஆசிரியர் குருமூர்த்தி தான் வகுப்பெடுத்தார். அறிவியல் மாணவர்களுக்கு அந்த நாளில் இந்தப் புத்தகத்தை அறிமுகம் செய்தார். பொதுவாக வரவு - செலவு வாழ்க்கையில் எவ்வளவு முக்கியம் என்பதை எடுத்துரைத்தார்.

நிதி மேலாண்மையின் தேவை பற்றி, பணவீக்கத்தின் தாக்கம் குறித்து, பொருளாதாரத்தின் தாக்கம் பற்றி, இன்றையப் பணத்தேவையில் எல்லோரும் வைசியரே என்று விரிவுரைத்த நாள் இன்றும் மறக்க முடியாதது

உங்கள் படிப்புத் தேர்வு எதுவானாலும் நிதி பற்றிய உங்கள் புரிதல், வாழ்க்கையில் மிக முக்கியம் என்றார். அவருக்கு நான் இந்த நேரத்தில் நன்றி சொல்ல வேண்டும்.

பள்ளிப் படிப்பைக் கடந்து பல ஆண்டுகள் கழித்து சொந்தத் தொழிலில் கணக்குப் புரியாமல் விக்கித்து நிற்கும் போது உதவித் தணிக்கையாளராக அறிமுகமாகிய இன்னொரு குருமூர்த்தியும் அந்தப் புத்தகத்தைப் பரிந்துரை செய்த போது தான் அதன் மகத்துவம் புரிந்தது. பல இரவுகள் ஒன்றாகக் கணக்குப் பார்த்திருக்கிறோம்; பல சந்தேகங்களைத் தீர்த்திருக்கிறார்; இன்றும் தணிக்கையாளரான அவரிடம் பாடம் கற்றுக் கொண்டே இருக்கிறேன்.

பொறியியல் புலம் தாண்டி எனக்கு இன்று நிதி மேலாண்மையில் ஓரளவு பாண்டித்தியம் இருக்கிறது என்றால் அது இந்த குருமூர்த்திகள் அருளியது தான், குரு என்றாலே கொடுக்கும் குணம் கொண்டவன் தானே!

வாழ்க்கையின் மிகப் பெரிய தத்துவங்கள் மிக எளிமையாக இருக்கும், அந்த மாதிரி இந்த +2 கணக்கியல் பாட நூலில் தான் நிதிச் சுதந்திரம் இருந்தது என்பதைப் புரிந்து கொள்ள எனக்கு இரண்டு குருமூர்த்திகள் இருந்தார்கள், தப்பித்தேன்.

அதில் வரவு - செலவுக் கணக்கின் மூன்று தங்க விதிகள் இருக்கும் அதைக் கெட்டியாகப் பிடித்துக் கொள்ளுங்கள், நிதி பற்றிய உங்களின் பல கேள்விகளுக்கு அது தான் பதில்!

◆

91 - கடன்

கடன் வாங்கிக் கழித்திருப்பீர்கள் - சாதாரணக் கணக்குப் பாடத்தில், ஆனால் கடன் வாங்குவது தவறு என்று சொல்லும் கணக்கியல் பாடம். கடன் பட்டார் நெஞ்சம் போலக் கலங்கினான் இலங்கை வேந்தன் என்று நம் மொழியியலும் கடனுக்கு எதிராகவே இருந்தது. ஆனால் இன்று வாழ்க்கை முறைக்காக (Life Style) கடன் வாங்கிக் குவிக்கிறோம், அதையும் அதற்கான வட்டியையும் நாம் தான் உழைத்துக் கட்டப் போகிறோம் என்பதை உணர்ந்திருக்கிறீர்களா?

சொத்து பின்னாளில் விலை ஏறும் என்று வாங்கச் சொல்லும் வங்கிகள், கடன் கொடுப்பதை விட்டு விட்டு அவர்களே மொத்த சொத்தையும் வாங்கி அதன் பயனை அடையலாமே, ஏன் செய்வதில்லை? மாதா மாதம் வட்டி வரும் என்பதால் தான்! வாங்கும் கடனை விட இரண்டு அல்லது மூன்று மடங்கு பணம் கட்ட வேண்டிவரும் என்பதால் தான்!

சேமிப்புப் பொருளாதாரமாக இருந்த நாம் செலவுப் பொருளாதாரமாக மாறி நிற்பதற்கு முழு முதல் காரணம் இந்தக் கடன் தான், இது உருமாறி எவ்வளவு கடன் வைத்திருக்கிறோம் என்பதை நம் தர நிலைக் குறியீடாகக் காட்டும் வரை வளர்ந்திருக்கிறது, ஆனால் அது போலித் தர நிர்ணயக் கோட்பாடு.

உண்மையில் நாம் வகுப்பு வாரியாக எவ்வளவு சொத்து வைத்திருக்கிறோம் என்பது தான் நம் தரம். தவிர, கடன் என்பது எப்போதும் மன அழுத்தத்தைத் தர வல்லது. போலி கௌரவம் போல இது போலி தர நிர்ணயம்

நடப்பு மூலதனத்திற்குக் கடன் வாங்கலாமே தவிர பொருட்கள் வாங்குவதற்குக் கட்டாயம் கடன் வாங்கக் கூடாது. கடன் என்பது ஒரு கடல், அதன் ஆழத்தைக் கண்டறிய முடியாது, ஆனால் அதன் மிதப்பைக் கண்டுணர்ந்து ஒரு படகில் ஏறிக் கொஞ்ச தூரம் பயணம் செய்யலாம், தொலை தூரப் பயணம் என்றால் கடன் படகுகள் சரிவராது, கொஞ்சம் கொஞ்சமாக சேர்த்து வைத்து சொந்தக் காசில் பறந்து செல்லுங்கள்!

◆

92 - புத்தி கொள்முதல்

கனவு கண்டு, அதைத் திட்டம் போட்டு நிறைவேற்றி, அதன் இடர்களைக் கண்டறிந்து, அந்த இடர்களை மடைமாற்றி, குறைத்து, எதிர்கொண்டு, அடித்து ஆடி, குட்டிக் கரணம் போட்டாலும் தொழிலில் லாப நட்டம் வாடிக்கை தான் !

சிறு பிராயத்தில் எங்கள் சமூகத்தில் லாபத்துக்கு எதிர்பதமான நஷ்டத்திற்கு ஒரு சொற்றொடரை அடிக்கடி பயன்படுத்துவார்கள், அது - புத்தி கொள்முதல்

லாபம், நஷ்டம் என்பது வடமொழிச் சொற்கள், வருவாய், இழப்பு அல்லது சேதம் என்னும் சொற்களைப் பண்டைய தமிழர்கள் பயன்படுத்தியிருக்கலாம். ஆனால் நாங்கள் எதிர்மறைச் சொற்களைப் பயன்படுத்துவதே இல்லை. இழப்பு என்பதற்குப் பதில் புத்தி கொள்முதல் என்னும் வார்த்தை தான் இன்று வரை பயன்படுத்துகிறது.

பணம் வந்தால் செல்வம் வருவாய்; பணம் போனால் புத்தி வருவாய். அதாவது எதுவுமே போகக்கூடாது, பணம் போனாலும் அதன் மூலமாக ஏதேதோ செய்யக் கூடாது என்று கற்றுக் கொண்டோமே, அதனால் அது அறிவுக் கொள்முதல்!

ஒவ்வொரு இழப்பிலும் கற்றுக் கொள்ள எவ்வளவோ இருக்கிறது.

★ எதனால் இந்த இழப்பு நேர்ந்தது,
★ அதை எவ்வளவு தூரம் நம்மால் தடுத்திருக்க முடியும்,
★ இனிமேல் அதைச் செய்யாமல் லாபம் ஈட்டுவது எப்படி,

என்று இவ்வளவு கற்றுக் கொண்டோமே அப்புறம் எப்படி அதை இழப்பு என்று சொல்வது!

நேற்றைய வெற்றி வரலாற்றுக்குச் சொந்தம், இன்றைய வெற்றி கொண்டாட மட்டும், நாளைய வெற்றி தானே நம்முடையது!

◆

93 - ஓடும் போதே அறுவை சிகிச்சை

ஒரு வேடிக்கைக் கதை - நீங்களும் சமூக வலைதளங்களில் படித்திருப்பீர்கள்

ஒரு மருத்துவரிடம் வாடிக்கையாக அவருடைய சிற்றுந்து வாகனப் பழுது பார்க்கும் மனிதர் சிகிச்சைக்காக வருகிறார். இருதய அடைப்பு, மாற்று இருதய அறுவை சிகிச்சை தான் தீர்வு என்கிறார், ஐந்து லட்சம் செலவாகும் என்கிறார். மெக்கானிக்குத் தீரார கோபம், அவர்களுக்குள் நடந்த உரையாடல் தான் உச்சம்!

வா.ப. - டாக்டர் கார் எஞ்ஜின் போலத் தானே இதயமும்

மரு - ஆமாம்

வா.ப - போன வாரம் உங்கள் கார் எஞ்சினைக் கழட்டிப் புதிய எஞ்சினை மாற்றும் போது முப்பதாயிரம் தானே செலவாயிற்று, நீங்கள் மட்டும் ஐந்து லட்சம் கேட்கிறீர்களே...

மரு - ஆமாம், ஆனால் நீங்கள் அந்த எஞ்சின் ஓடாமல் இருக்கும் போது தானே மாற்றினீர்கள்; ஆனால் நான் உங்கள் இதயம் ஓடிக் கொண்டிருக்கும் போதே அல்லவா மாற்ற வேண்டும்.

நண்பர்களே இதே தான் நம் வாழ்க்கைக்கும், நம் வாழ்க்கை ஓடிக் கொண்டிருக்கும் போது தான் நாம் வளர வேண்டும். ஓடுவதை நிறுத்தி விட்டு ஒரு போதும் நாம் முன்னேற முடியாது, நம் எதிர்மறை எண்ணங்களை, ஏட்டிக்குப் போட்டி சிந்தனையை, நாம் மட்டுமே சரி என்கிற மேட்டிமையை, நமக்குத் தான் எல்லாம் தெரியும் என்கிற தற்குறித்தனத்தை, அதிகாரத்தை விடுத்து, அன்பைக் காட்டி மெல்ல நம்மை நாமே சரி செய்ய முடியுமானால், நாம் வெற்றி பெறுவதை ஒருவராலும் தடுக்க முடியாது.

இதை ஓடிக் கொண்டே எப்படிச் செய்வது என்றால் அது கல்வியினால் மட்டுமே சாத்தியம். படித்த மருத்துவர் எப்படி ஓடும் போதே இருதயத்தை மாற்றுகிறாரோ அப்படி வாழ்க்கைப் பந்தயத்தில் ஓடிக் கொண்டே நம் கூடுதல் பாரங்களை இறக்கி வைத்து விட்டு, அனுபவப் பாடங்களையும் சுற்றி இருக்கும் மனிதர்களின் நற்செயல்களையும், பார்த்த, கேட்ட, படித்த பட்டறிவையும் சிறகுகளாக்கி மெல்லப் பறந்து பாருங்கள்

அதோ... தொட்டு விடும் தூரத்தில் இலக்குகள்!

◆

94 - வெல்லும் சொல்

வெல்லும் சொல் என்று ஒன்று தனியே கிடையாது, நேர்மறைச் சொற்கள் எல்லாமே வெல்லும் சொல் தான்

'இப்படி செய்து விட்டாயே' என்பதற்குப் பதில் 'அப்படி செய்திருக்கலாமே' என்று கேட்டுப் பாருங்கள், உதவியாளர்களின் செயல்பாடுகளில் நல்ல மாற்றம் தெரியும்! ஏனெனில் வினை விளைவைப் பேசுவதற்குப் பதிலாக மாற்றுத் தீர்வுகளை, அது ஏற்படுத்தும் நன்மைகளை நீங்கள் உங்களை அறியாமல் சொல்லிக் கொடுத்திருக்கிறீர்கள்.

எல்லோரும் வெல்வதற்காகவே பிறந்தவர்கள், ஆனால் ஒவ்வொருவரும் வேறு வேறு காரணத்திற்காகப் பிறந்தவர்கள், பறக்கப் பிறந்தவர்களுக்கு ஓடச் சொல்லிக் கொடுத்து அது வரவில்லை என்றால் அது யாருடைய தப்பு.

சிங்கத்தின் திறமை நிலத்தில், குரங்கின் திறமை மரத்தில், கழுகின் திறமை அந்தரத்தில், மூவருக்கும் ஓட்டப்பந்தயம் வைத்து, மூவரின் திறமையை நிரூபிக்க முடியுமா, என்ன? உங்களின் பேட்டை வேறு, உங்கள் நண்பரின் பேட்டை வேறு. எல்லோருக்கும் ஒரே பாடத்தை எடுத்து இன்னாருக்கு இது வரவில்லை என்பதெல்லாம் இந்தக் கணக்கில் தான் வரும்.

எல்லோருக்கும் மூளை இருக்கிறது, கற்பூர புத்தி, கரி புத்தி, கதலி புத்தி என்பதெல்லாம் கடைந்தெடுத்த அக்மார்க் பேத்தல், ஆர்வமுள்ளவர்கள் உடனே கற்றுக் கொள்வார்கள், ஆர்வம் குறைந்தவர்கள் மெதுவாகக் கற்றுக் கொள்வார்கள், ஆர்வம் இல்லாதவர்கள் கற்றுக் கொள்ள மாட்டார்கள்; இதுவும் நேர்மறைச் சிந்தனை தான்!

எனக்கு இது வரவில்லையே என்பதற்காகக் கவலைப்படுவதை விட்டு விட்டு, எனக்கு என்ன வரும் என்று யோசித்துப் பாருங்கள், உங்களுக்குள்ளே இருக்கும் திறமை மெல்ல வெளியே வரும்.

வாழ்க்கையை நேர்மறையாக வாழ்ந்து பாருங்கள், வெல்லும் சொல் உங்களுக்குள்ளேயே ஊற்றெடுக்கும்!

◆

95 - சொல் அல்ல செயல்

செயல் என்பது வெறும் சொல் அல்ல. அது ஒரு இயந்திரம், நிற்காமல் ஓடிக்கொண்டிருக்கும் காலத்திற்கேற்ப ஓடி ஓடி நம் இயக்கத்தை உயர்த்த உதவும் ஒரு காலமானி!

இந்த உலகத்துக்கு வந்தோம், இந்த உலக இயக்கத்தோடு இசைந்து வாழ்ந்து விட்டு, ஒன்றுமே சாதிக்காமல் போவதில் என்ன சுவை இருந்து விடப் போகிறது!

பிறக்கும் போதே நாம் காலாவதியாகும் நாளையும் முத்திரையாகப் பதித்துக் கொண்டே பிறக்கிறோம். எல்லோரும் ஒரு நாள் சாகத் தான் போகிறோம், ஆனால் சாவதற்காகவே நாம் பிறப்பதில்லை, நடுவில் ஏதோ ஒரு வேலை நமக்காகக் காத்திருக்கிறது. அது என்னவென்று தெரியவேண்டுமானால் இடைவிடாது நாம் செயல்பட்டுக் கொண்டே இருக்க வேண்டும்,

இன்னொருவர் செய்கின்ற வேலையை நாம் செய்ய வேண்டியதில்லை, நம் ஒவ்வொருவரின் கைரேகையும் தனித்துவமாக இருப்பதைப் போல நாம் ஒவ்வொருவரும் தனித்தனியேயான செய்முறைக்காகப் படைக்கப்பட்டிருக்கிறோம். நம்முடைய வேலை முடிந்தவுடன் நாம் வேறொரு உலகத்திற்குச் சென்று விடுவோம், அங்கே இதைக் காட்டிலும் அதிகப் பண்புள்ள வேலை காத்திருக்கக் கூடும்.

ஆனால் இந்த உலகத்தில் நமக்கான வேலை எது, நாம் எதற்காகப் பிறந்தோம், இப்படியான கேள்விகள் எல்லோர் மனத்திலும் தோன்றிக் கொண்டே இருக்கக்கூடும், நாம் எதைச் சிறப்பாகச் செய்கிறோமோ அது தான் நமக்கான வேலை.

எந்த வேலையை இடைவிடாது நம்மால் செய்ய முடிகிறதோ, களைப்படையாமல் எந்த வேலையைச் செய்கிறோமோ, எப்போது செய்தாலும் உற்சாகமாகச் செய்கிறோமோ, எப்போது அதைச் செய்ய உட்கார்ந்தாலும் திருப்தியாகச் செய்ய வேண்டுமே என்கிற பயம் வருகிறதோ, அது தான் உங்கள் ஆக்க சக்தி! இதை நான் சொல்லவில்லை; 'இக்கிகய்' என்னும் ஜப்பானியத் தத்துவம் சொல்கிறது.

கனவு, எண்ணம், செயல் இந்த முக்கோணப் பக்கத்தின் கடைசிப் பக்கத்தில் நிற்கிறோம். இருப்பது ஒரு வாழ்க்கை, எல்லாவற்றிலும் ஆபத்துகள் இருக்கின்றன தான், ஆனால் அவற்றை அறிவதற்கான திறமை நமக்கு இருக்கிறது, அதை நாம் கற்ற கல்வி கொண்டு வெற்றி கண்டு ஏதாவது ஒரு சாதனை செய்து தான் பார்ப்போமே!

◆

96 - வானம்

நம்பிக்கைக்கு ஒரு மிகச் சிறந்த உதாரணம் என்றால் எதைச் சொல்வீர்கள்?

வானம் என்பேன் நான்.

பெரும்பாலான தமிழக விவசாயிகளும் இன்றும் நம்பிக் கொண்டிருப்பது வானத்தைத் தான். இயற்கை வளங்களான வற்றாத சீவ நதிகள் எதுவும் இல்லாத தற்கால தமிழகம் முற்றிலுமாக நம்பி இருப்பது வானத்தைத் தான். பெரும்பாலும் நம்பிக்கை பொய்த்து விடாமல் மழை என்னும் அமிழ்தை வாரி வழங்கிக் கொண்டிருக்கிறது இன்றளவும் வானம். உண்மையில் இறையை இயற்கையாக உணர்த்திக் கொண்டிருப்பதில் வான் மழைக்கு முதலிடம்!

சிறுவயதில் நற்கருனை வீரனில் படித்த கதை ஒன்று இன்றளவும் மறக்கவில்லை. ஒரு சுவர் ஓவியர், உயரமாக கட்டிடச் சுவரின் உச்சியில் ஒரு பெரிய ஏணியில் நின்று கொண்டு படம் வரைந்து கொண்டிருக்கிறார், சிறு தடுமாற்றம், கீழே பார்க்கிறார், பூமி படு தூரத்தில் அதள பாதாளத்தில் தெரிகிறது, அவருக்குத் தலை சுற்றுகிறது, அப்போது அவருடைய மூத்த சகா, 'கீழே பார்க்காதே, அண்ணாந்து மேலே வானத்தைப் பார்' எனச்சொல்ல அந்த ஓவியரும் மேலே பார்க்கிறார், அவருடைய தலை சுற்றல் சரியாகி மீண்டும் வரையத் துவங்குகிறார்.

இது எப்படி சாத்தியம்? சிறுபிள்ளையான எனக்கு விளங்கவில்லை, என் வீட்டு மொட்டை மாடியில் நின்றுப் பரீட்சித்துப் பார்த்தேன் உண்மை தான், கீழே பார்த்தேன் தலை சுற்றியது, மேலே பார்த்தேன்,

பரந்து விரிந்த ஆகாயம், சுற்றல் நின்று நிலைக்குத் திரும்பினேன். இது எதனால் நடக்கிறது?

கீழே விழுவோம் என்று தெரியும் - புவி ஈர்ப்பு விசை, மேலே எந்த விசையும் இல்லை. ஆனால் விழ மாட்டோம் என்கிற மிகப் பெரிய நம்பிக்கையை அது கொடுக்கிறது, ஆனால் அது நம்மைக் காப்பாற்றவில்லை, நாம் பிடித்திருக்கும் கெட்டியான பிடி தான் நம்மைக் காப்பாற்றுகிறது, ஆனால் ஒரு நம்பிக்கையை வானம் கொடுக்கிறது.

நம்பிக்கைகள் பொய்க்கும் போது வானத்தைப் பார்த்துப் படுத்துக் கிடப்பேன். மேகங்களும் நட்சத்திரங்களும், நிலாவும், கூட்டமாகப் பறந்து செல்ல்ம் பறவைகளும், தனியாகப் பறந்து செல்லும் விமானங்களும், பறந்து விரிந்து தெரியும் இந்தப் பேரண்டமும் ஏதாவது ஒரு செய்தியைச் சொல்லிக் கொண்டே இருக்கின்றன, அவற்றிலிருந்து மிச்சமிருக்கும் வாழ்க்கைக்கான ஏதோவொரு நம்பிக்கை ஊற்றெடுத்துக் கொண்டே இருக்கிறது

நாம் தொடரின் இறுதிக்கு வந்து விட்டோம், கனவு காணுங்கள், நிதி, உடல் நலம், மன நலம், சமூக இணக்கம், ஆன்மீகம் அல்லது சுய முன்னேற்றம் ஆகியவற்றில் இலக்குகளை நிர்ணயம் செய்து கொள்ளுங்கள், திட்டமிட்டு அதை நோக்கி நகர்ந்தால், மெல்ல அது நகர்ந்து நம்மிடையே வருவதைக் காண்பீர்கள்.

கனவுகளின் அடர்த்தியோடு, திறமைகளை வளர்த்துக் கொண்டு, நம்பிக்கைக் கயிற்றைப் பிடித்துக் கொண்டு, உழைப்பைச் சுமந்து கொண்டு வெட்ட வெளியில் ஏறுங்கள்.

விரித்த கையோடு, கதவுகளே இல்லாமல், உங்களை உயர்த்தக் காத்திருக்கிறது - எப்போதும் திறந்தே கிடக்கும் வானம்!

◆

நிறைவுரை

எதற்குமே முதலும் முடிவும் இருந்ததில்லை; வாழ்க்கை ஒரு தொடர் பயணம். நமக்கு நினைவு தெரிந்த நாளில் இருந்து தான் நம்மால் வரலாற்றைக் கட்டமைக்க முடியும்.

வரலாறு என்பது என்ன? வெற்றி பெற்ற மனிதர்கள், தங்களுக்குத் தெரிந்ததை, தான் பெற்ற வெற்றியை, எழுதி வைப்பது தானே வரலாறு!

ஆனால் அறிவியல் அப்படி அல்ல, கற்காதவன் தான் கற்றுணர்ந்ததை எழுதி வைத்தது தான் அறிவியல், அப்படி அனுபவ வழியில் வந்ததை உங்களோடு பகிர்ந்து கொள்ள முடிந்ததில் மகிழ்ச்சி. இந்த அறிவியலைக் கொண்டு வரலாறு படையுங்கள்!

நான் பெற்ற அனுபவச் செல்வங்களை இந்த உலகுக்குச் சொல்ல வேண்டும் என்று என்னைத் தினமும் அதிகாலை மூன்றரை மணிக்கு அலாரம் வைக்காமல் எழுப்பி விடும் ஏதோ ஒரு சக்திக்கு இந்த நேரம் என் நன்றியைச் சமர்ப்பிக்க வேண்டும். முக நூலில் இந்தக் கட்டுரைகள் வந்த போது இரசித்த, விமர்சித்த, பின்னூட்டமிட்ட, பேசிய, குறுஞ்செய்தியிட்ட, திட்டிய நண்பர்கள் அனைவருக்கும் நன்றி!

இந்தக் கட்டுரைகளில் ஏதாவது ஒன்று உங்களுக்குப் பயன் தந்தால் கூடப் போதும், என் எழுத்துக்கு ஒரு அர்த்தம் முகிழ்த்து விட்டதாக உணர்வேன். அப்படி பெற்ற பயனுக்காக நீங்கள் அதை மற்றவர்களிடம் பகிருங்கள்!

பெறுவதில் இருக்கும் அறிவு, கொடுப்பதில் தான் வளர

முடியும். என்ன எதிர்பார்த்து நம் ஆசிரியர்கள் நமக்குச் சொல்லிக் கொடுத்தார்கள், அவர்களை விடப் பெரிதாக வளர்ந்து விடுவோம் என்று தெரிந்தே நமக்கு இந்தக் கல்வியைக் கொடுத்தார்களே, அவர்கள் அதே இடத்தில் தான் இருக்கிறார்கள். ஆனால் நம் மனதில் அவர்கள் இருக்கும் இடம் மெல்ல உயருகிறது தானே, அப்படி நாமும் நம்மைச் சுற்றி இருப்பவர்களுக்கு என்ன செய்யப் போகிறோம்?

இந்தக் கல்வி இங்கிருந்து எடுக்கப் பட்டது தானே, இதை பன்மடங்கு பெருக்கி இங்கேயே விட்டுச் செல்வது தானே முறை...

வளர்வோம், வளர்ப்போம், பறப்போம்
நன்றி, வணக்கம், மகிழ்ச்சி
ஆ.லெ.மு.ஆவிச்சி
avichi.muthiah@gmail.com

◆